ஒரு வசீகரமான கைம்பெண்ணின் முகம்

அமீரக எழுத்தாளர்களின் சிறுகதைகள்

ஆங்கிலத்தில்
ஷிஹாப் கானம்

தமிழில்
பிரியா

டிஸ்கவரி பப்ளிகேஷன்ஸ்

எண்: 9, பிளாட் எண்: 1080A, ரோஹிணி பிளாட்ஸ்
முனுசாமி சாலை, கே.கே.நகர் மேற்கு,
சென்னை - 600 078. பேச: 99404 46650

வெளியீட்டு எண்: 0176

ஒரு வசீகரமான கைம்பெண்ணின் முகம் *(சிறுகதைகள்)*
ஆங்கிலத்தில்: **டாக்டர் ஷிஹாப் கானம்**, தமிழில்: **பிரியா**©
Oru Vaseegaramaana Kaimpennin Mugam, (short stories)
In English: **Dr. Shihab Ghanem**, In Tamil: **Priya**©
First Edition: October - 2022

ISBN: 978-93-95285-11-7

Pages: 96

Rs. 120

Publisher • Sales Rights	
Discovery Publications	**Discovery Book Palace (P) Ltd**
No. 9, Plot,1080A, Rohini Flats, Munusamy Salai, K.K.Nagar West, Chennai - 78. Tamilnadu, India. Mobile: +91 99404 46650	No. 1055-B, Munusamy Salai, K.K.Nagar West, Chennai-600 078. Ph: (044) 4855 7525 Mobile: +91 87545 07070

discoverybookpalace@gmail.com / www.discoverybookpalace.com

இந்த நூலில் பிரசுரமாகியுள்ள எந்த ஒரு பகுதியையும் எழுத்துபூர்வமான முன்அனுமதி பெறாமல் எடுத்தாள்வதோ, மறுபிரசுரம் செய்வதோ, மொழியாக்கம் செய்வதோ, ஊடகங்களில் மறுபதிப்பு செய்வதோ, காப்புரிமைச் சட்டப்படி தடை செய்யப்பட்டுள்ளது. இந்த நூலிலிருந்து சில பகுதிகளை மேற்கோள்காட்டி நூல்அறிமுகம் செய்யலாம்.

உங்கள் மொபைல் போனிலிருந்து ஸ்கேன் செய்து 'டிஸ்கவரி புக் பேலஸ்' மொபைல் ஆப்பை டவுன்லோடு செய்து, புத்தகங்களை வாங்குங்கள்.

முன்னுரை

(ஆங்கில மொழிபெயர்ப்பில்)

அமீரக எழுத்தாளர்களின் சிறுகதைத் தொகுப்பாகிய இந்தப் புத்தகம்தான் அரபியிலிருந்து ஆங்கிலத்திற்கு நான் மொழிபெயர்த்த முதல் கவிதை அல்லாத தொகுப்பாகும். எனது மகள் வியாமும் இத்தொகுப்பில் நான்கு கதைகளை மொழிபெயர்ப்பு செய்து தன்னுடைய பங்களிப்பைக் கொடுத்திருக்கிறார். 2017ல் வெளியாகிய சில நாட்களிலேயே சிறந்த மொழிபெயர்ப்புக்கான அல்ஔவைஸ் கிரியேட்டிவ் விருதினை இப்புத்தகம் வென்றது குறிப்பிடத்தக்கது.

ஏற்கெனவே இலத்தீன் மற்றும் மலையாளத்தில் மொழி பெயர்க்கப்பட்டிருக்கும் இப்புத்தகத்தை, தற்போது பிரியா தமிழிலும் மொழிபெயர்த்து எங்களுக்குப் பெருமை சேர்த்துள்ளார். மேலும் இப்புத்தகத்தை வெளியிடும் சென்னையைச் சேர்ந்த டிஸ்கவரி பப்ளிகேஷன்ஸ் நிறுவனத்துக்கும் என்னுடைய நன்றியைத் தெரிவித்துக்கொள்கிறேன்.

இது நிச்சயம் இந்தியர்களுக்குப் பிடித்தமான ஒரு புத்தகமாய் இருக்குமென்று நம்புகிறேன். ஏனெனில், இக்கதைகளில் வரும் பெரும்பாலான கதாபாத்திரங்களும், கதை நாயகர்களும் அவர்களே.

பல்வேறுவகையான வடிவமைப்புகளிலும், தலைப்புகளிலும் உள்ளடங்குவதாயும், காதல், யதார்த்தவாதம், பின்நவீனத்துவம் போன்ற பரந்துபட்ட எழுத்துப் பாணியைக் கொண்டதாயும் இப்படைப்புகள் அமைந்துள்ளன. மேலும் அமீரகத்தின் சிறந்த சிறுகதை எழுத்தாளர்களால் எழுதப்பட்ட இக்கதைகள், ஐக்கிய அரபு அமீரகத்தின் சமீபத்திய வரலாற்றின் வெவ்வேறு காலகட்டங்களைப் பிரதிபலிப்பதாயும் அமைந்திருக்கின்றன.

- டாக்டர். ஷிஹாப் கானம்,

துபாய், அக்டோபர் 2022.

முன்னுரை

நில, மத, இன வேறுபாடுகளைத் தாண்டி உலகம் முழுவதிலும் தன் சொந்தச் சமூகத்தின் முட்டாள்தனங்களை, முடை நாற்றமெடுக்கும் செயல்பாடுகளைக் கலையத் துடிக்கும், கேள்விகள் கேட்கும் சமூகமாய் இருப்பது எழுத்தாளர் சமூகம் மட்டுமே என்பதற்கு மற்றுமொரு சான்று இத்தொகுப்பில் இருக்கும் சிறுகதைகள். எட்டு வருடங்களாய் அமீரகத்தில் வாழ்ந்துவந்தாலும், பணியிடம், வசிப்பிடம் என்று எங்கிலும் இந்தியர்களாளேயே சூழப்பட்டிருந்ததால் இம்மண்ணின் மைந்தர்களைக் குறித்து எவ்விதப் புரிதலும் இல்லாமலேயே இருந்தது ஒரு சில பொது இட சந்திப்புகளைத் தவிர. அப்படியான தொரு இருக்கத்தைத் தகர்த்து, கதவினைத் திறக்கும் திறவுகோலாய் அமைந்தது இந்த அமீரகச் சிறுகதைகளின் தொகுப்பு என்று கூறலாம்.

மலையாள எழுத்தாளர் திரு. வெள்ளியோடன் அவர்கள் இத்தொகுப்பினைக் கொடுத்துப் படிக்கச் சொல்கையில் அதன் மீது பெரிய எதிர்பார்ப்பு எதுவும் இருக்கவில்லை. ஆனால், படித்துப் பார்க்கையில் ஒவ்வொன்றும் ஒவ்வொரு விதமாய் மனதில் நின்று கொண்டது. பாலைவனத்தின் மத்தியில் இருந்துகொண்டு கடலினருகில் வரமாட்டேனென்று அடம் பிடிக்கும் பதூவி பாட்டி, கிராமத்திலிருந்து வரமறுத்து, அடம்பிடித்து தனித்திருக்கும் என் பாட்டியை ஞாபகப்படுத்தினாள். கிட்டத்தட்ட இருபது வருடங்களாய் அமீரகத்தின் வளர்ச்சியை ஒரு ஓட்டுனராய் உடன் பயணித்தவாறே கண்டு களித்தவரின், பிரமாண்ட மாலினுள்ளான அனுபவம் சொன்னது, இது அவர் பார்த்த நகரம்தான். ஆனால், அவரைக் கடந்து சென்றுவிட்டதென்று.

பக்கத்து வீட்டிலிருக்கும் கைம்பெண்ணைக் குறித்தான கதை உலகெங்கும் இப்படியான பெண்கள் இருக்கவே செய்கிறார்கள். அதில் நம் நாட்டிற்கும் பிற நாட்டிற்கும் பெரிதாய் பேதமொன்றுமில்லை என்பதைச் சொல்லாமல் சொல்லியது. மனைவி குடும்பத்தைப் பிரிந்து எங்கோ ஒரு பாலைவனக்கடலில்

மீன்பிடித் தொழிலில் இருக்கும் ஒருவனின் கடிதம், ஒற்றையாய் இருக்கும் அத்தனை வெளிநாடு வாழ் கணவர்களுக்கும் மொத்தமாய் பேசியது. ஐயோனாவின் கதை எத்தனைப் படித்திருந்தாலும், முன்னேறிய சமூகமாய் இருந்தாலும் இருவேறு கலாசாரப் பிண்ணனியைக் கொண்டவர்கள் சேர்ந்து வாழ்வதென்பது எப்படியானதென்பதைச் சொல்கிறது.

ஒரு கதை, ஆண்டான்-அடிமை குறித்துப் பேசுகிறது. அதுபோலவே மற்றொரு கதை, எளிய மனிதர்களின் மீதான அரச பயங்கரவாதத்தின் தாக்கம் குறித்தும் பேசுகிறது. இப்படியாய் தொகுப்பின் ஒவ்வொரு கதையும் ஒவ்வொன்றைச் சொல்லிச் சென்றாலும் அனைத்திற்கும் முத்தாய்ப்பாய் அனைத்துக் கதைகளிலும் பொதுவாய் ஊடோடியிருப்பது 'மனித உணர்வுகள் மட்டும் எங்கேயும், எப்போதும் மாறாது' என்பதுதான்.

கதைகள் ஒவ்வொன்றையும் மொழிபெயர்த்து முடித்தவுடன் கையோடு கருத்துகள் தெரிவித்து, மாற்றங்களை எடுத்துக் கூறி ஊக்குவித்த ரிஸ்வான் மற்றும் நசீமா அக்கா இருவரையும் பேரன்போடு நினைத்துக் கொள்கிறேன். "இப்படியானதொரு சிறுகதைத் தொகுப்பிருக்கிறது தமிழில் மொழிமாற்றம் செய்யலாம் என்றிருக்கிறேன்" என்ற உடனேயே, "பண்ணுங்க பிரியா... நாம கொண்டு வருவோம்" என்று உடனடி சம்மதமொழி அளித்த வேடியப்பன் அண்ணனுக்கு அன்பும் நன்றிகளும்.

இறுதியாய் நிச்சயம் கூறியாக வேண்டியது... ஒரு வயதுக் குழந்தையை வீட்டில் வைத்துக்கொண்டு, நான் இதை மொழி பெயர்த்தே தீருவேன் என்ற என் பிடிவாதத்தைப் புரிந்துகொண்டு எப்பொழுதும் போல் இதிலும் எனக்குப் பக்கபலமாய் இருந்தவர் என் கணவர் சதீஸ். அவருக்கும், என் இரு குழந்தைகள் கயன், கவினுக்கும் எனது மனம் நிறைந்த முத்தங்கள்.

"சென்றிடுவீர் எட்டுத்திக்கும் கலைச்செல்வங்கள் யாவும் கொணர்ந்திங்கு சேர்ப்பீர்" என்னும் பாரதியின் வாக்கிற்கிணங்க அரேபிய எழுத்தாளர்களின் இச்சிறுகதைத் தொகுப்பினை தமிழில் மொழிபெயர்த்து கொண்டுவந்திருக்கிறேன். வாசகர்கள் படித்து மொழிபெயர்ப்பு குறித்தும், கதைகளின் ஓட்டம் குறித்தும் தங்களின் மேலான கருத்துகளையும் பகிர்ந்துகொள்ளும்படி கேட்டுக்கொள்கிறேன்.

நன்றியுடன்,
பிரியா,
அமீரகம், அக்டோபர்-2022.

உள்ளடக்கம்...

1. திருடன் — 09
2. பனிக்காலம் — 17
3. ஒரு வசீகரமான கைம்பெண்ணின் முகம் — 20
4. மிகவும் இனிப்பான... — 23
5. ஒரு கோப்பை காஃபி — 26
6. குழி — 30
7. ஒரு முடிவு — 33
8. மளிகைக் கடைக்காரரின் பை — 43
9. முனைவர் — 48
10. களிமண் — 51
11. உள்ளங்கை — 56
12. கடிதம் — 62
13. அப்படியான ஒரு நேரத்தில் — 65
14. தாகம் — 68
15. ஒரு திடீர் தெரிவு — 72
16. கல்லறைப் பார்வையாளர் — 77
17. வயதான பாகிஸ்தானி ஓட்டுனர் ஒருவரின் கண்ணாடி — 80
18. மின்விசிறியின் அடியில் — 87

1

திருடன்

....

நேரம் நள்ளிரவை நெருங்கியிருந்தது. அரபு மொழி நாவலொன்றின் கையெழுத்துப் பிரதியில் மொழிப் பிழைகளைச் சரிபார்த்துக்கொண்டிருந்த அகமது தனது கணிப்பொறியை அணைத்துவிட்டு படுக்கைக்குச் செல்லத் தயாரானார். உயர்நிலைப் பள்ளி ஒன்றில் தலைமை ஆசிரியராகவும், அரபு மொழி ஆசிரியராகவும் பணியாற்றி ஓய்வு பெற்றதிலிருந்து அரபி கையெழுத்துப் பிரதிகளைச் சரிபார்ப்பதிலும், புத்தகங்கள் மற்றும் இதழ்களுக்கான மதிப்புரைகளை பத்திரிகைகளுக்கு எழுதுவதன் மூலமும் ஓய்வூதியத்துடன் சேர்த்து கொஞ்சம் கூடுதல் வருவாயை ஈட்டிக்கொண்டிருந்தார். இன்று அவர் சரிபார்த்துக்கொண்டிருந்த நாவலின் கடைசி சில பக்கங்கள், மூன்றாம் உலக நாடுகளைச் சேர்ந்த ஏழை நாடொன்றின் தலைநகரில் வசித்துவரும் ஒதுக்கப்பட்ட வகுப்பைச் சேர்ந்த ஒரு திருடனைப் பற்றியது.

நாட்டின் பாதுகாப்புத்துறை அமைச்சகத்தைச் சேர்ந்த, ஆயுத பேரத்தில் ஈடுபடக்கூடிய, ஊழலுக்குப் பெயர்போன மூத்த அரசாங்க அலுவலர் ஒருவரின் இரண்டாவது வீட்டில் ஒரு நீண்ட கத்தியுடன் நுழைந்திருந்தான். ஆனால், அவனைக் கண்ட வீட்டின் உரிமையாளர், அவனைத் துப்பாக்கியால் சுட்டதில் கல்லீரலில் குண்டு பாய்ந்து கிட்டத்தட்ட அந்த இடத்திலேயே உடனடியாய் மரணித்துவிட்டான். போலீஸார் வரவழைக்கப்பட்டனர். வீட்டின் உரிமையாளர், திருடன் தன்னை

ஆங்கிலத்தில்: ஷிஹாப் கானம் – தமிழில்: பிரியா ✳ 9

நோக்கி கத்தியை நீட்டியபடி வந்ததால், துப்பாக்கியை அவனது காலை நோக்கி குறிவைத்ததாகவும், குறி தவறி கல்லீரலில் பட்டதாகவும் சொன்னார்.

தடயவியல் நிபுணர் வரவழைக்கப்பட்டார். சடலம் இருந்த நிலை, தரையில் கத்தி கிடந்த இடம், புல்லட் பாய்ந்து உருவாகியிருந்த துளை... இவற்றையெல்லாம் கொண்டு, திருடன் வீட்டு உரிமையாளரைக் கண்டதும் கத்தியைக் கீழே போட்டதோடு அவர் அவனைச் சுட முயற்சிக்கும்போது ஓடி யிருக்க வேண்டுமென்றும் யூகித்தார். நாவலாசிரியர் இதை ஒரு தற்காப்பு முயற்சி என்பதைத் தாண்டி கொலை என்பதாகக் கொண்டுசென்றிருப்பதாகத் தோன்றியது. ஆனால், காவல்துறை, செல்வாக்கு மிக்க அரசாங்க அதிகாரியின் பக்கம் நின்று, தடயவியல் மருத்துவரின் அறிக்கையை மாற்றி அளிக்கும்படி அவரை வற்புறுத்திக்கொண்டிருந்தது வேறொரு கதை.

படுக்கையில் தலை சாய்த்திருந்தாலும் அவர் மனம் அந்த திருடனைக் கொன்ற அத்தியாயத்திலேயே நின்றது. இதே போன்றதொரு குற்றச்செயல் ஐரோப்பாவிலோ அமெரிக்காவிலோ நடந்திருந்தால் அங்குள்ள சட்டங்கள் நிச்சயம் அவற்றை வேறு விதமாய் கையாண்டிருக்குமென்பது அவர் அறிந்ததே. தன்னுடைய குழந்தைப் பருவத்தில் ஏடனிலிருந்த அவரது வீட்டினுள்ளே முன் வாசல் வழியாகக் குதித்து நுழைந்த திருடன் ஒருவனைப் பற்றி அகமது நினைத்துப் பார்த்தார். அப்போது அவனுக்கு அங்கே திருட ஒன்றுமே அகப்படவில்லை, ஒரே ஒரு சிறிய துர்நாற்றம் பிடித்த, அழுக்கான, எச்சில் துப்பும் அலுமினியப் பாத்திரம் ஒன்றைத் தவிர, ஆனால் எதற்கும் பிரயோசனமில்லாத அதனையும்கூட அவன் எடுத்துச் சென்றிருந்தான்.

அவரது அப்பா, காவல்துறையை அழைக்க அவர்கள் வந்து திருடனின் அழுக்கான காலடித்தடங்களைக் கண்டறிந்தனர். மேலும், அவரது அப்பாவிடம், காவல்துறையினர் பயன்படுத்துவதைப்போல விசில் ஒன்றை வாங்கி வைத்துக்கொள்ளும்படி அறிவுறுத்திச் சென்றனர். அவரும் அதுபோலவே ஒன்றை வாங்கினார். ஆனால், அது ஒரு உருட்டுக் கட்டை வடிவத்தில், நாம் சிறு வயதில் பார்த்த 'குகை மனிதன்' (Cave Man) சித்திரக்கதையில் ஒரு மனிதன் வலது கையில் உருட்டுக்கட்டையும், இடது கையில் ஒரு பெண்ணின் கூந்தலையும் பற்றிக்கொண்டு வருவானே... அவன் கையில் இருப்பதைப் போல, ஆனால் அதைக் காட்டிலும் சற்றே மென்மையானதாய் இருந்தது.

சில மாதங்கள் கழித்து, மற்றுமொரு திருடன் வந்தபோது அவர் அந்த விசிலை எடுத்து ஊதினார். வந்தவன் இரவில் ஒரு நிழலைப் போல மாயமாய் மறைந்து விட்டான், ஆனால் குளிரூட்டிகளின் இரைச்சலற்ற அக்காலத்தில், அமைதியில் ஆழ்ந்திருந்த அந்தக் குடியிருப்புப் பகுதி மொத்தமும் விழித்துக்கொண்டது.

ஜுமைராவில் உள்ள தனது உறவினர் வீட்டின் குளியலறை ஜன்னலின் வழியே உள் நுழைந்த திருடன் ஒருவனைக் குறித்தும் அவருக்கு ஞாபகம் வந்தது. வந்தவன் வியாழக்கிழமை இரவு நடந்த திருமணக் கொண்டாட்டங்களின் பின்னால் மேஜையின் மேல் கழட்டி வைக்கப்பட்டிருந்த அவரது மருமகளின் வைர நெக்லஸை திருடிச் சென்றிருந்தான். அவர்களது சடங்கு சம்பிரதாய முறைகளைத் தெரிந்து வைத்துக்கொண்டே திருடன் சரியான நேரத்தைத் தேர்ந்தெடுத்திருக்க வேண்டுமென்பது அவரது கணிப்பு. போலீஸார் வரவழைக்கப்பட்டு விசாரணை முடிவில் அவன் எங்கும் தன்னுடைய கைரேகைகளை விட்டுச் செல்லாத தேர்ந்த தொழில்முறை திருடனென்றும் இவனைப் போன்றவர்கள் இதற்காகவே விசிட் விசாவில் வந்து, சில பல இடங்களில் கைவரிசையைக் காட்டிவிட்டு கொள்ளையடித்த பொருட்களுடன் திரும்பிச் சென்றுவிடுவர் என்றும் கூறினர்.

ஒரு வழியாய் தூக்கத்தில் ஆழ்ந்த அகமது ஃபஜ்ர் தொழுகைக் கான பாங்கு சொல்லும் சத்தம் கேட்டு விழித்தெழுந்தார். ஒளூ செய்து உடை மாற்றிக்கொண்டு அரை கிலோ மீட்டர் தூரத் திலிருக்கும் பள்ளிவாசலுக்குச் சென்றவர் தொழுகை முடித்து ஐந்தரை மணியளவில் வீட்டிற்குத் திரும்ப வந்தார். தோட்டத்து வாசலில் போடப்பட்டிருந்த செய்தித்தாளை எடுத்துக் கொண்டு வீட்டின் முன்பக்க கதவைத் திறந்து, வீடு, கார், பொது இடம் போன்ற எந்த ஒரு இடத்திலும் நுழையும்போதும் வழக்கமாக அவர் கூறும் “அஸ்ஸலாம் அழைக்கும்” என்ற முகமனை முணுமுணுத்தார். பின்னர் அணிந்திருந்த செருப்புகளைக் கழட்டிவிட்டு, வீட்டினுள் அணியும் செருப்புகளை அணிந்து கொண்டு, வெளி விளக்குகளை அணைத்துவிட்டு, சமையலறையினுள் நுழைந்தார். ஒரு கிண்ணத்தில் கார்ன்ஃப்ளக்ஸை எடுத்துகொண்டு சாப்பாட்டு மேஜைக்கு வந்தவர், செய்தித்தாளைப் பிரித்து படித்துக் கொண்டே சாப்பிட ஆரம்பித்தார்.

மணி ஆறைக் கடந்திருந்த போது அங்கிருந்து எழுந்து மாடி யிலிருக்கும் அவருடைய அறைக்குச் சென்று படுக்கையில் படுத்துக்கொண்டார்.

அவரது மருமகள் யோம்ன் பணிப்பெண்ணுடன் இணைந்து வந்து அவசரமாய் அவர் பெயரைக் கூறி எழுப்பும் வரை, கிட்டத்தட்ட ஒரு ஒரு மணி நேரம் தூங்கியிருப்பார். இயல்புக்கு மாறான இந்தச் செயலால் யோசனையுடன் எழுந்தவர்,

"என்ன விஷயம்?" என்றார்,

"ஒரு திருடன் வீட்டிற்குள் நுழைந்துவிட்டான்" என்றாள் யோம்ன் அதிர்ச்சியுடனும், கலக்கத்துடனும்.

கவலையடைந்தவராய், "அவன் எங்கே?" என்றார் அகமது.

"அவன் இப்போது ஓடிவிட்டான். சலவையறையின் ஜன்னலின் வழியே நுழைந்து பின்கதவு வழியாய் வெளியேறியிருக்கிறான். போகும்போது அவனுடைய பெரிய வளைந்த நெம்புகோலையும் விட்டுச்சென்று விட்டான்."

தன்னுடைய சொந்த வீட்டுக்குள் ஒரு திருடன் நுழைவது இதுவே முதன்முறையென்று தனக்குத்தானே சொல்லிக்கொண்டவர், தற்செயலாய் சில மணி நேரங்களுக்கு முன்பு, கொலை செய்யப்பட்ட ஒரு திருடனைக் குறித்து தான் படித்துக்கொண்டிருந்ததை நினைத்து ஆச்சரியப்பட்டுக்கொண்டார்.

அவர்கள் கீழிறங்கிச் சென்று தூசி படிந்த ஜன்னல் ஓரத்திலும், ஜன்னலின் அருகிலிருந்த அலமாரியிலும் திருடனின் காலடித் தடங்கள் இருந்ததைக் கண்டனர். மேலும் அவர்களின் வேலைக்காரப் பெண்மணி திருடன் விட்டுச்சென்ற நீண்ட கூர்முனையுடன் கூடிய நெம்புகோலையும் அவருக்குக் காட்டினாள், அது இயல்பில் இரும்பு ஆணிகளைப் பிடுங்குவதற்குப் பயன்படக்கூடிய ஒன்று. கதவுகளையோ, ஜன்னல்களையோ, அலமாரிகளையோ திறப்பதற்கு உபயோகப்படுமென்று கொண்டு வந்திருக்கக்கூடும். அகமத் மசூதியிலிருந்து திரும்பிவரும் சத்தம் கேட்டவுடன் வந்தவன் அந்த நெம்புகோலை நுழைவாயிலின் அருகில் போட்டுவிட்டு ஓடியிருக்கக்கூடுமென்று அவரது மருமகள் யோம்ன், பணிப்பெண் இருவருமே நினைத்தனர். ஆனால் அகமத் காலையில் வீட்டினுள் நுழையும்போது அதைக் கவனித்திருக்கவில்லை, ஒரு வேளை அந்தக் கருப்பு நிற நெம்புகோல் இருந்த இடத்திலிருந்த தரை விரிப்பு மெரூன் நிறத்தில் இருந்தது கூட காரணமாக இருக்கலாம்.

அகமதுவின் மனம் ஏதேதோ காரணங்களால் சென்ற நூற்றாண்டின் எழுபதுகளின் தொடக்கத்தில் ஜோசப் ஸ்டாலினால் கொல்லப்பட்ட டிராட்ஸ்கியின் படுகொலையை

அடிப்படையாகக் கொண்டு வெளிவந்த, அலைன் டெலோன் நடித்த ஒரு திரைப்படத்தை நோக்கிச் சென்றது. டிராட்ஸ்கியாய் நடித்தவர் ரிச்சர்ட் புர்டான். ஆனால் அவரின் மனதில் ஆழமாய்ப் பதிந்துபோன காட்சி கோடாரியைக் கொண்டு டிராட்ஸ்கியின் தலையில் ஓங்கி அடிக்கும் காட்சிதான். அந்தக் காட்சியில் வருவதுபோல், திருடன் தன்னைக் கண்டுபிடித்துவிடுவார்களோ என்ற பதட்டத்தில், மேஜையில் அமர்ந்திருந்த அவரின் பின்புறமிருந்து உச்சி மண்டையில் அந்த வளைந்த நெம்புகோலால் ஓங்கி அடிப்பதைப் போல கற்பனை செய்துபார்த்தார்.

"அவன் எதையும் திருடிச்சென்றானா?"

எங்களுக்குத் தெரிந்து அவன் எதையும் எடுக்கவில்லை ஒரு வேளை அலமாரியில் அடுக்கியிருக்கும் ஆயிரக்கணக்கான புத்தகங்களில் எதையாவது எடுத்திருக்கலாமோ என்னவோ தெரியவில்லையென யோம்ன், பணிப்பெண் இருவருமே பதிலுரைத்தனர்.

மேலும் திருடனுக்கு அவன் கொண்டுவந்த நெம்புகோலை திரும்ப எடுத்துச்செல்லவே நேரமில்லை எனும்போது திருடுவதற்கு ஏது நேரம். அகமதுவிற்கு 'அல் பரடூனி' (Al- Bardooni) என்ற கண்பார்வையற்ற ஏமனிக் கவிஞர் ஒருவரின் புகழ்பெற்ற பகடியான கவிதை ஒன்று நியாபகத்தில் வந்தது. அது அவர் தன் வீட்டில் திருட வந்திருக்கும் திருடன் ஒருவனிடத்தில், அவனுக்கு அங்கிருந்து எடுத்துச் செல்ல ஒன்றும் இல்லாமல் போனதற்கு மன்னிப்புக் கேட்பது போல் அமைந்திருக்கும்.

அகமது, காவல்துறைக்குத் தகவல் அளித்தார். முதலில் இரண்டு காவலர்கள் வந்து என்ன நடந்தது என்பதைக் கண்டு கேட்டறிந்தனர். பின்னர் அவர்கள் சில தொலைபேசி அழைப்புகளைச் செய்ய மூத்த அதிகாரி ஒருவர் அவரின் உதவியாளருடன் அடுத்த பதினைந்து நிமிடத்தில் அங்கு வந்து சேர்ந்தார். முதலில் வந்தவர்கள் ஏற்கனவே இவரிடம் கேட்டிருந்த கேள்விகளைப் போலவே சில கேள்விகளை அவரும் கேட்டார். பின்னர் அந்த வீட்டில் வேலை செய்யும் தோட்டக்காரர், சமையல்காரர், ஓட்டுனர் மற்ற பணியாளர்கள் குறித்த தகவல்களையும், அவர்களின் அடையாள அட்டைகளையும் கேட்டார். முன்னதாக காவல்துறையினர் அகமது, யோம்ன் மற்றும் அந்தப் பணிப்பெண்ணின் அடையாள எண்களைக் கேட்டுப் பெற்றிருந்தனர். மேலும் அவர் அகமதுவிடம், காலம் மாறிவிட்டது ஆகையால் அந்தக் காலத்தைப் போலவே கதவுகளைத்

திறந்து வைத்துக்கொண்டு தூங்க வேண்டாமென்றும், வீட்டைச் சுற்றியுள்ள நடமாட்டங்களைக் கண்காணிக்க கண்காணிப்புக் கேமிரா ஒன்றைப் பொருத்தும்படியும் வலியுறுத்தினார். இறுதியாக இந்தத் திருட்டு முயற்சி குறித்து காவல்துறையின், "புகார் அறிக்கையில் கையெழுத்திட உங்களுக்குச் சம்மதமா?" என்று கேட்க, எதுவும் திருட்டுப்போகவில்லை என்றாலும், ஒரு குடிமகனாக இதைச் செய்வது தன்னுடைய கடமை என்பதால் அதைச் செய்ய விருப்பப்படுவதாக அகமது கூறினார். அந்தப் பகுதியிலிருக்கும் காவல்நிலையத்திற்கு மறுநாள் செல்லச் சொல்லி கூறிய அந்த அதிகாரி, ஃபாரன்ஸிக் அதிகாரிகளுக்குத் தகவல் கொடுக்கும்படி யாரிடமோ தொலைபேசியில் அழைத்துப் பேசிவிட்டு, அகமதுவிடம் கைகுலுக்கி விடைபெற்றுச் சென்றார்.

சுமார் பதினைந்து நிமிடங்கள் கழித்து வந்த இரண்டு கைரேகை நிபுணர்கள், சலவையறையில் கைரேகைகளைப் பதிந்துவிட்டு, திருடன் உள்ளே நுழைந்த ஜன்னலின் வெளிப்புறத்தில் புதியதாய் ரேகைகள் எதுவும் இல்லாமல் இருப்பதைக் கண்டு, திருடன் கையுறைகளைப் பயன்படுத்தியிருக்க வேண்டுமென்று யூகித்தனர். அவன் விட்டுச்சென்ற நெம்புகோலை மிகவும் பத்திரமாக எடுத்துவைத்தவர்கள் கைரேகைகளையோ அல்லது எந்தவித டிஎன்ஏ தடையங்களையோ தங்களால் கண்டறிய முடியவில்லை என்றனர். அதிலும் குறிப்பாக அந்த நெம்புகோலை அகமது, யோம்ன் மற்றும் பணிப்பெண் மூவருமே தங்கள் கைகளால் எடுத்துப் பார்த்திருந்ததும் அதற்கு ஒரு காரணமாகியது.

அதன் பிறகு, சீருடையணியாத மேலும் மூன்று போலீசார் வந்தனர். அகமதுவிற்கு முகமன் கூறிவிட்டு வீட்டின் தரைத்தளத்தை முழுவதும் பார்த்துவிட்டு, திருடன் உள் நுழைந்த ஜன்னல் மற்றும் எடுக்காமல் விடப்பட்டிருந்த சாவியைப் பயன்படுத்தி திருடன் தப்பித்து வெளியேறிச் சென்ற கதவு போன்றவற்றைப் பார்வையிட்டுச் சென்றனர். கைரேகை நிபுணர்களும் தங்களுடைய பணியை முடித்துக்கொண்டு கிளம்பிவிட, இறுதியில் அங்கே இருந்தது முதலில் வந்த அந்த இரண்டு காவலர்கள் மட்டும்.

திருடன் நுழைந்த ஜன்னல், வெளியேறிச்சென்ற கதவு மற்றும் நுழைவாயிலின் அருகே நெம்புகோலை விட்டுச்சென்ற இடம் போன்றவற்றை வரைபடமாக வரைவதற்காகவே அவர்கள் அங்கு இருந்தனர். அகமது அவர்கள் இருவருக்கும் தனக்கும் சேர்த்து தேநீர் எடுத்து வரும்படி பணிப்பெண்ணிடம் கூறினார். சுவற்றில் மாட்டப்பட்டிருந்த மெக்காவின் பெரிய மசூதியின் படத்தையும், திருக்குர்ஆன் வசனங்களையும் பார்த்த காவலர்,

“திருடன் இவற்றையெல்லாம் பார்த்துவிட்டுத்தான் உங்களிடமிருந்து எதையும் திருடுவதற்கு வெட்கப்பட்டு விட்டுச் சென்றிருக்கலாம்” என்றார்.

“ஒருவேளை அந்தத் திருடன் பக்திமானோ” என்றார் அகமது இலேசான புன்னகையுடன்.

ஒருவழியாய் காவலர்கள் அனைவரும் கிளம்பிச் சென்றவுடன் யோம்ன் அவளுடைய அம்மாவை அழைத்து, அன்று நடந்த அனைத்தையும் விவரித்தாள். “ஏதேனும் திருட்டுப் போய்விட்டதா?” என்று கேட்டாள் அவள் அம்மா.

“எங்களுக்குத் தெரிந்து எதுவும் இல்லை. இங்கு கொட்டிக் கிடக்கும் புத்தகங்களில் எதையாகிலும் எடுத்துக்கொண்டு சென்றானாவென்று தெரியவில்லை.”

“தயவுசெய்து உடனடியாய் அதைப் பார்த்துவிட்டு அப்படி எதுவும் திருடிச் சென்றிருந்தால் அத்திருடனுக்கு கொஞ்சம் நம் வீட்டு முகவரியையும் கொடுத்துவிடு. உன் அப்பா வீடு நிறைய நிறைத்து வைத்திருக்கும் புத்தகங்களில் இருந்து கொஞ்சம் விடுதலை கிடைக்கட்டும்” என்று அவசரமாய்ச் சொன்னாள் யோம்னின் அம்மா.

சூரிய அஸ்தமனத்திற்குப் பிறகான மக்ரீப் தொழுகைக்காக அகமத் மசூதிக்குச் சென்றிருந்தார். தொழுகைக்குப் பிறகு மசூதியின் இமாம் வழக்கம்போல் அவரின் உடல்நிலை மற்ற காரியங்கள் குறித்து விசாரித்தார். அவர் தனது வீட்டில் திருடன் புகுந்ததைக் குறித்தும் ஆனால் எதையும் திருடாமல் அவன் கொண்டு வந்த நெம்புகோலையும் விட்டுசென்றதைக் குறித்தும் கூறினார். அகமதுவிற்கோ அவரைச் சேர்ந்தவர்களுக்கோ உடமைகளுக்கோ எதுவும் சேதாரம் ஆகாததற்காய் இமாம் அல்லாவிற்கு நன்றி கூறியதோடு, ஜமாத்தோடு ஃபஜர் தொழுகையைத் தொழும் ஒரு மனிதன் அல்லாஹ்வின் பாதுகாப்பில் (அந்த நாள் முழுவதும்) இருப்பானென்ற நபிகள் நாயகம்(ஸல்) அவர்களின் வசனம் ஒன்றையும் நினைவுபடுத்தினார்.

மறுநாள் காலை அகமத் அப்பகுதி காவல் நிலையத்திற்குச் சென்றார். காவலர்கள் மீண்டும் ஒரு முறை அனைத்தையும் கேட்டு உறுதிப்படுத்திவிட்டு அறிக்கையைத் தயாரித்து அவரிடம் காட்டி படிக்கச் சொல்லி கையெழுத்தைப் பெற்றுக்கொண்டனர்.

❈❈❈

கிட்டத்தட்ட இரண்டு மாதங்களுக்குப் பிறகு, அகமதுவின் தொலைபேசி ஒலித்தது. மறுமுனையில் பேசிய காவலர், தான் பேசுவது அகமதுவிடம்தான் என்பதை உறுதிப்படுத்திக்கொண்டு, "நாங்கள் கிட்டத்தட்ட அந்தத் திருடனைக் கண்டறிந்து விட்டோம்!" என்று கூறினார்.

உடனே அகமது, "எப்படி அப்படி உறுதியாகக் கூறுகிறீர்கள்?" என்று விவரத்தைக் கேட்டார்.

"விவரங்கள் பின்னர் முழுமையாகத் தெரியவரும்..." என்ற காவலர், "ஆனால், சந்தேகத்திற்குரிய அந்தத் திருடனின் அறையை நாங்கள் சோதனையிட்ட போது, அவன் திருடிய வீடுகளின் முகவரிகள் அடங்கிய ஒரு சிறிய பட்டியலைக் கண்டுபிடித்தோம். அதில் வேடிக்கை என்னவென்றால், பட்டியலின் அனைத்து முகவரிகளிலும் கூட்டல் குறியை இட்டிருந்த திருடன் உங்கள் முகவரியில் மட்டும் கழித்தல் குறியை இட்டிருந்தான்" என்றார்.

அத்தருணத்தில் அந்த வளைந்த நெம்புகோலின் உருவம் அகமதுவின் நினைவுகளில் வந்து சென்றது.

எழுதியவர் : டாக்டர். ஷிஹாப் கானம்

(இதுவரை வெளிவராத இவரின் சிறுகதைகளில் ஒன்று.)

2
பனிக்காலம்

கடலை உழுது, நீரை விளைவித்தவன் அவன். ஒன்பது மாதங்கள் தாயின் கருவறையிலிருந்துவிட்டு, ஒரு மீனைப் போல வெளியே வந்து, கடலில் நீந்தியவன். மீன் பிடி வலைகளையும், கயிறுகளையும் இழுத்து இழுத்து அவனின் விரல்கள் கந்தகப் பாறைகளைப் போல் இறுகிக் கிடந்தன. அவர்கள் அவனுக்கு கடலின் உப்பு நீரினால் ஞானஸ்நானம் கொடுக்க, அவனின் மனது பரந்த வானத்தின் வாயில் போல் திறந்து கொண்டது. முதல் நாளிலிருந்தே கடல் கண்களில் மின்ன, அவன் பாதை வரையறுக்கப்பட்டது.

வறுமை மற்றும் துன்பத்தின் பின்னணியிலிருந்து எழும்பி வந்தவன் நீ, உன் முன்னும் பின்னும் எல்லாமுமாய் இருப்பது தண்ணீர், தண்ணீர் மட்டுமே. எரிந்த உன் சாம்பலிலிருந்தேனும் மற்றவர் வாழ்வு மலர்ந்து மணம் வீச உனை நீயே எரித்துக் கொள். மெழுகைப் போல் உருகும் உன் நாட்கள் அவர்தம் பாதையில் வெளிச்சத்தைக் காட்டட்டும்.

அவனுடனான நட்பைத் தொடர விரும்பிய கடல் அவனை வளைகுடாவில் உமிழ்ந்தது. அவன் மனைவி ஒரு சிறிய சூட்கேஸைத் தயார் செய்தாள். அதில் சில இந்திய உணவு வகைகளையும், ஒரு சிறிய புகைப்படத்தையும் வைத்தாள். வாழ்வின் ஆசைகள் அனைத்தையும் ஒரே இரவில் தீர்த்துவிடுபவன் போல், அன்று இரவு முழுவதும் அவன் அவளுடன் பேசித் தீர்த்தான்.

விமான நிலையத்திலிருந்து மீன் பிடித் துறைமுகத்தில் இருக்கும் சிறிய மரக் குடிலுக்குச் செல்லும் அந்தச் சாலையைத் தவிர வளைகுடாவில் அவன் வேறு எதையும் கண்டதில்லை. வலைகள் எங்கும் பரவிக் கிடக்க, கடலின் வாசமும் மீனின்

ஆங்கிலத்தில்: ஷிஹாப் கானம் – தமிழில்: பிரியா

வாசமும் அவர்களின் மூக்கைத் துளைக்கின்றன. கடற்கரையிலும் துறைமுகமெங்கும் மீன் பிடிப் படகுகளே ஆக்கிரமித்துள்ளன. ஆண்களின் முதுகுகள் வில் போல் வளைந்தும், கைகள், கிழிந்து, தேய்ந்து போனவற்றைச் சரி செய்து சரி செய்து அம்பைப்போல் கூர்மையாகவும் இருக்கின்றன. மீனின் மணம் பரவிக் கிடந்த காற்றை நுரையீரல் முழுவதும் இழுத்து நிரப்பிக் கொண்டான். படகில், அதன் உரிமையாளர் கல்ஃபான், குமாரிடம் “அபு பக்கர், முகைதீன் மற்றும் பாபு இவர்களுடன் சேர்ந்துதான் நீ பணியாற்றப் போகிறாய்” என்று கூறிப் புன்னகைத்தார்.

மரக் குப்பைகள் சுற்றிலும் மிதக்க, சிதைந்து போன குதிரையின் பழைய இலாடம் போல் கிடந்த துறைமுகத்தை அலங்கரித்தபடி நின்றிருந்தன மரப்படகுகள். கரை முழுவதும் அழுகிய மீனின் எச்சங்களால் நிறைந்து கிடக்க, அவற்றை எண்ணெய் ஊற்றிச் சமைக்கும் மணத்துடன் சேர்த்து, புகையிலையின் மணமும் மீனவர்களின் குடில்கள் எங்கும் மணத்துக் கிடந்தது. கடலில் இருந்து திரும்புபவர்கள் மற்றும் கடலுக்குப் போகிறவர்கள் இருவருமே படகை இழுக்கும் போது எழுப்பும் “யா அல்லாஹ், யா ஹெயில் அல்லாஹ்...” போன்ற வார்த்தைகள் ஒன்றுடன் ஒன்று மோதி எதிரொலிக்கிறது. கடற்பறவைகளும், நண்டுகளும் பாறைகளை ஆக்கிரமிப்பதைப் போல, தண்ணீரைக் குடிக்கும் சூடான மணல் வெளியெங்கும் படகுகள் ஆக்கிரமித்துக் கிடக்கின்றன.

அவன் முற்றும் சோர்வடைந்த நிலையில் திரும்பி வரும்போது, அவளின் உருவம் அவனுக்குள் ஒரு கலங்கரை விளக்கைப்போல் ஒளிர்கிறது. ஒருவர் ஓய்வெடுக்கும்போதுதான் மனதின் அடி ஆழத்தில் இருக்கும் நினைவுகள் மேலெழுந்து வரத்தொடங்கும், ஒரு பெண்ணின் மடிக்கான ஆசையும் ஏக்கமும் ஆழ்மன திலிருந்து உருக்கொண்டு வரும். ஆனால் வெளிநாட்டு வாழ்வின் காரணமாய் அவற்றை அப்படியே அடக்கிக் கொள்வார். அவனின் கண் முன்னால் அவனது கிராமத்தையும் அப்பெண்ணையும் பார்க்கிறான். பாறைகள் நிறைந்த குகைக்குள் கேட்கும் எதிரொலியைப் போல அவளின் குரல் மனதுள் எதிரொலிக்கிறது “நான் உன் வருகைக்காக ஒரு மழையைப்போல் காத்திருப்பேன், மேலும் உன் செய்திகளுக்காக ஒரு காற்றைப் போலவும்”.

அவன் விளக்கை ஏற்றி வைத்து அவளுக்காக ஒரு காதல் கடிதத்தை எழுதத் தொடங்கினான். “நான் உன்னுடைய இன்மையை மிகவும் அதிகமாக உணர்கிறேன். எனக்குள் ஒரு நெருப்பு கனன்று கொண்டிருக்கிறது. நேற்று மீன் பிடி வலைகளின் நடுவே உன் கண்களைக் கண்டேன். எனக்குள்ளே ஒரு மீன்

நீந்துவதைப் போன்று இருந்தது. குளிர்ந்த அலையொன்று வீசியதும், நீ அப்படியே என்னை ஆக்கிரமித்து, அழித்து, சாம்பலாக்கி என் ஏக்கமெனும் நெருப்பினுள் அதை எரிவதைப் போல் உணர்ந்தேன். செர்ரிப் பழங்களைப் போல் இருக்கும் உனது உதடுகளுக்காக ஏங்குகிறேன். அத்தேங்காயின் சுவை இன்னும் என் வாயில் தித்திக்கிறது, மேலும் அந்த மாம்பழத்தின் மணமும். ஓ என் இதயத்தின் தென்னம்பழமே! என் குடிசையின் மேல் விழும் மழைத்துளிகளின் ஓசையை நான் கேட்கிறேன். என்னால் அவற்றை எண்ணவும் முடியும், கூரையிலுள்ள ஓட்டையின் வழியே அதில் சில துளிகள் ஒழுகி எனது மரக்கட்டிலின் மேல் விழுகின்றன. பிறகு அவை அப்படியே உருண்டு வந்து நான் எழுதிக் கொண்டிருக்கும் தாளின் முனையை நனைக்கின்றன. அவற்றின் எண்ணிக்கை அதிகரிக்கிறது. இத்துளிகள் தரையில் ஒரு குழியைத் தோண்டுகின்றன, எரியும் என் மனதில் நீ தோண்டியதைப் போல.

இது பனிக்காலம். குளிர்காலத்தில் ஆண்கள் என்ன செய்வார்களென்று உனக்குத் தெரியுமா அன்பே? வானத்தில் வலசை வரும் பறவைகளின் கூட்டத்தைப் பார்த்து அன்று நான் உன்னை அணைத்துக் கொண்டே சொன்னது ஞாபகம் இருக்கிறதா? அவைகள் வெதுவெதுப்பான இடத்தைத் தேடிப் போகின்றன என்று. ஆண்களும் அப்படித்தான் பனிக்காலத்தில் வெதுவெதுப்பைத்தான்தேடுவார்கள்.என்னை ஆக்கிரமித்திருக்கும் பாலைவனத்தின் குளிரில் நான் அமர்ந்திருக்கும்போதெல்லாம் நீ தான் என் இதயத்தை ஆக்கிரமித்துக் கொள்கிறாய்.

இந்த வளைகுடா அருளின் ஊற்றாக இருந்தது போய் இப்பொழுது பயத்தையும், திகிலையும் எனக்குள் கடத்திக் கொண்டிருக்கிறது. நேற்று மீன் பிடிக்கச் சென்ற என் உற்ற நண்பன் திரும்பி வரவேயில்லை. இன்று நான் என்னுடைய எதிர்ப்பை பதிவு செய்திருக்கிறேன். உனக்கான என் காதலுக்காகவும், கடல் மிருகங்களோ அல்லது இந்த மீன் பிடிச் சுரங்கமோ என்னை விழுங்கி விடக்கூடும் என்ற பயத்தின் காரணமாகவும்.

என் அன்பின் வீணை நாதமே! நான் நிச்சயம் திரும்பி வருவேன்.

எழுதியவர்: இப்ராஹிம் முபாரக்

1989ல் வெளிவந்த இவரின் அல்தஹலேப் "Al-Tahaleb" (i.e. Algae), சிறுகதை தொகுப்பில் இடம் பெற்ற சிறுகதை.

3
ஒரு வசீகரமான கைம்பெண்ணின் முகம்

அதிகாலையில் தன்னுடைய இரு மகள்களின் கையைப் பிடித்தபடி அவள் கதவைத் திறக்கிறாள். நான் பொறாமையும் அதிருப்தியும் நிறைந்த என் கண்களால் அவளைப் பார்க்கிறேன். அவள் அத்தனை வசீகரமானவளாய் இருந்தாள். ஒரு பெண்ணான எனக்கே மென்மையும் வசீகரமும் நிறைந்த அவளின் உடலைப் பார்க்கையில் இத்தனை வியப்பென்றாள்.... அந்த மார்பகங்கள்... ஓ... அவை எப்படி இத்தனை அழகாயும், பொருத்தமானதாயும் அசைந்தாடி கவர்ந்திழுக்கக் கூடியதாயும் இருக்கின்றன. ஆனால் அவை ஏன் இப்படி உயர்த்திக் காட்டப்பட்டிருக்கிறதென்று எனக்குத் தெரியவேயில்லை. ஒரு வேளை ஆண்களைக் கவர்ந்திழுக்கும் நோக்கத்தோடு அவள் அணிந்திருக்கும் உள்ளாடையில் காரணமாக இருக்கலாம்.

இதோ அவள் வேலை நேரம் முடிந்து தன்னுடைய அடுக்குமாடிக் குடியிருப்புக்குத் திரும்பி வந்து கொண்டிருக்கிறாள். கொடூர எண்ணங்களால் என் மனம் அலைக்கழியத் தொடங்குகிறது. அவள் வரும் வழியில் என் கணவரை எதிர்கொள்வாள் அவளின் மார்பின் நுனிகள் அவர் மீது உரசும். அவளின் சாவிக்கொத்தின் சத்தத்தையும், குதிகால் உயர்ந்த செருப்பின் சத்தத்தையும் கேட்கையில் என் இதயம் படபடக்கத் தொடங்குகிறது. என் கணவர் அவளைத் தன் மார்புக்கு அருகில் இழுத்து, அவளின் மென்மையான இடுப்பினை அணைத்தபடி, தன் முகத்திற்கு அருகில் அவள் முகத்தைக் கொண்டு வருவதை கற்பனை செய்து பார்த்தபடி கதவைத் திறக்கிறேன்.

அங்கோ, தனது இரு மகள்களையும் கையில் பிடித்துக் கொண்டு சாவியால் குடியிருப்பின் கதவைத் திறக்க முயற்சி

செய்துகொண்டிருந்தவள், என்னுடைய இந்த வேவுபார்க்கும் செயலை ஆச்சரியத்துடன் பார்க்க...

பிடிபட்டதில் அசௌகரியமாய் உணர்ந்தவளாய் சடாரென உள்ளே வந்து விட்டேன். அவள் நிச்சயம் ஒரு திட்டத்துடன் தான் இருக்கிறாள். அவளது பார்வையிலிருந்து, அவளின் உடல், உதடு மற்றும் மார்பகங்களிலிருந்து வெளிப்படும் பிரகாசத் திலிருந்து என்னால் அதை உணர்ந்து கொள்ள முடியும்.

மாதங்கள் கடந்தது, அவளின் இருப்பு அங்கிருந்த அனைவரையும் பாதித்தது, குறிப்பாய் பெண்களை. அடுத்தக் கட்டிடத்தில் குடியிருக்கும் உயர்நிலைப் பள்ளி மாணவன் ஒருவனைத் தவிர அனைவருக்கும் உள்ளார்ந்த ஒரு பயம் இருந்தது. அவனின் பார்வை எப்பொழுதும் அவளைத் தொடர்ந்தபடி இருக்கும், அவர்கள் இருவரின் கண்களும் அடிக்கடி சந்தித்துக் கொள்வதை நான் கண்டிருக்கிறேன். பல நேரங்களின் அவன் ஜன்னல்களில் விளக்குகள் நீண்ட நேரத்திற்கு அணையாமல் இருப்பது ஒன்றும் தற்செயலல்ல. நேரம் கிடைக்கும்போதெல்லம் என்னுடைய திரைச்சீலைகளுக்குப் பின்னால் ஒளிந்து நின்று அங்கு நடப்பதை எட்டிப் பார்ப்பேன். சமயத்தில் தழுவிக்கொண்டிருக்கும் இரண்டு நிர்வாண உடல்களின் நிழல்களைக் காணும்போதெல்லாம் நான் அந்த கைம்பெண்ணையும், அவள் இந்தக் கட்டிடத்திற்கு வந்து சேர்ந்த கேடுகெட்ட காலத்தையும் சபித்திருக்கிறேன். அவர்களைக் குறித்து என் கணவரிடம் கூறும்போது அவர் என்னை நம்பவில்லை. அந்த இளைஞன் ஒரு பாரம்பரியமான குடும்பத்தைச் சேர்ந்தவன், அவனது அப்பா தனது குழந்தைகளிடம் மிகவும் கண்டிப்பானவர், எனவே அவனுடைய அறைக்கு ஒரு பெண் வருவதெல்லாம் நடக்கவே முடியாத காரியம் என்றார். அந்தப் பெண்ணையும், அவளின் இளம் காதலனையும் உளவு பார்ததற்காக அவர் என்னை கண்டிக்கவும் செய்தார்.

என்னுடைய எண்ணங்கள் வெளியே கசியத் தொடங்கி, அக்கம் பக்கம் வசிப்பவர்களுக்கும் ஜன்னல் குறித்து தெரிய வர, அடுத்த மாதத்திலிருந்து என் ஜன்னலின் அருகே கூட்டம் அதிகரித்தது. நாங்கள் மொத்தம் ஏழு பெண்கள் அந்த ஜன்னலைப் பார்த்துக் கொண்டிருந்தோம். தேநீர் அருந்திக் கொண்டும், கணவன்மார்கள், திருமணமாகாத பெண்கள், மற்ற ஆண்களைப் பிடித்துக்கொள்ளும் அழகான கைம்பெண்கள் என்று அனைவரைக் குறித்தும் பேசிக்கொண்டும், வேலை முடிந்து சோர்வுடன் நடந்து செல்பவர்களை ஜன்னலின் வழியே

பார்த்துக்கொண்டும் இருந்தோம். எங்களது பேச்சு எங்கள் கட்டிடத்தைத் தாண்டி பக்கத்துக் கட்டிடங்களுக்கும் பரவத் தொடங்க, அந்தக் கைம்பெண் வெளியே செல்வதையே நிறுத்திக் கொண்டாள். அப்படியே அவள் வெளியே சென்றாலும் வார்த்தைகள் சாட்டையடிகள் போல் விழுந்து அவளின் உடல், முகம், மார்பென்று அனைத்தையும் எரித்தன.

ஒரு கோடை காலத்தின் மாலைப் பொழுதில் எங்களுக்கு ஆச்சரியமளிக்கும் விதமாக, மயக்கும் முகத்தைக் கொண்ட அந்த கைம்பெண், அவளின் இரு பெண்களையும், கருப்பு நிறத்தில் ஒரு பெரிய பெட்டியையும் இழுத்துக் கொண்டு, அங்கு வந்த ஒரு டாக்ஸியை நிறுத்தி, சத்தமாக சபித்துக் கொண்டே ஏறினாள். நான் இருக்கையில் அமர்ந்து பதட்டத்துடன் காஃபியை உறிஞ்சிக் கொண்டிருக்க, திரைசீலையின் வழியே என் பார்வையில் விழுந்தது, தழுவிக் கொண்டிருக்கும் இரு உடல்களின் நிழல்.

எழுதியவர்: ஃபாத்தீமா அல்மஸ்ரூய்

    2008ல் வெளிவந்த இவரின் வஜ்ஹிர்மலா ஃபாத்தினா 'WajhIrmalah Fatinah' (i.e The Face of a Fascinating Widow) என்ற சிறுகதைத் தொகுப்பில் இடம்பெற்ற கதை.

4
மிகவும் இனிப்பான...

துபாயிலுள்ள காய்கறிச் சந்தையில், வாடிக்கையாளர்களை கூவிக்கூவி அழைக்கும் இந்திய விற்பனையாளர்களின் குரல்கள் விதவிதமாய் ஒலித்துக் கொண்டிருந்தன. பழங்களாலும், காய்கறிகளாலும் நிரம்பி வழிந்த சிறிய கடைகளிலோ அல்லது ஒழுங்குடன் நேர்த்தியான முறையில் தரையில் வரிசைப்படுத்தப்பட்டோ அவர்களின் விற்பனையகங்கள் அமைக்கப்பட்டிருந்தன. அவர்களிடம் பேரம்பேசி, அல்லதை விடுத்து, நல்லதை எடுத்துப் பைகளில் போடும் வாடிக்கையாளர்களின் குரல்களும் அவர்களின் குரலுடன் கலந்து ஒலித்துக் கொண்டிருந்தன.

இதோ இங்கே ஒரு விற்பனையாளர் விதவிதமான மாதுளம் பழங்களை விற்றுக் கொண்டிருக்கிறார். "முதலாளி உங்களுக்கு மாதுளம்பழம் பிடிக்குமா? இங்கே வாருங்கள் இருபது ரூபாய்க்கு இதை எடுத்துக் கொள்ளுங்கள்" என்று வருவோர் போவோரையெல்லாம் வற்புறுத்தி அழைத்துக் கொண்டிருந்தார். இதோ இங்கே இன்னொருவர், சிரிப்போ, பேச்சோ எதுவுமே யின்றி, வாடிக்கையாளர்களை உற்றுப் பார்த்தபடி சிலைபோல் நின்றுகொண்டு, விலையைக் கேட்பவர்களுக்கு "ஐந்து" என்றும் பேரம் பேசுகிறவர்களுக்கு முடியாது என்று தலையை மட்டும் ஆட்டிக் கொண்டும் இருக்கிறார். இதோ இங்கே பெரிய குடைகளின் அடியில் விரிக்கப்பட்ட கடைகளில் ஒழுங்காக அடுக்கப்பட்ட காய்கறிகளும், பருப்பு வகைகளும் விற்பனைக்கு வைக்கப்பட்டுள்ளன. வாடிக்கையாளர்களின் முகத்தில் பிரகாசத்தையும், காய்கறிகளில் பளபளப்பையும் கூட்டும் பொருட்டு கடைக்காரர் அவற்றின் மீது அவ்வப்போது தண்ணீரைத் தெளித்துக் கொண்டிருக்கிறார்.

ஆங்கிலத்தில்: ஷிஹாப் கானம் – தமிழில்: பிரியா ✵ 23

சந்தையின் ஒரு மூலையில் சில சிறிய வகை சுமையுந்து வாகனங்களில் அப்பொழுதுதான் கொண்டு வரப்பட்ட பலவகை பழங்கள் விற்பனைக்கு வைக்கப்பட்டிருந்தன. சிலர் அந்த வாகனங்களின் மீது ஏறி நின்று வாடிக்கையாளர்களை கூவிக்கூவி அழைத்து நேரடியாக விற்பனை செய்துகொண்டிருந்தனர்.

அதுபோன்றதான வாகனம் ஒன்றில், மாநிறமான இந்திய இளைஞன் ஒருவன் நின்று கொண்டிருந்தான். கடின உழைப்பு மற்றும் கடந்து வந்த துயரங்களின் பயனாய் உருவாகியிருந்த ரேகைகள் அவன் முகத்தின் அழகை குறைத்திருந்தது. ஒல்லியாய், அளவான உயரத்துடன், பிரகாசமாய் புன்னகை புரிந்தவாறு, உற்சாகமாய் பொருளை வாங்க வாடிக்கயாளர்களை அழைத்த அவனது குரலைக் கேட்டு பலர் அவனைத் திரும்பிப் பார்த்தனர். அவனது வாகனம் தர்பூசணி பழங்களால் நிறைந்திருந்தது. அவற்றின் இடையே நின்றுகொண்டு ஒரு பழத்தைக் கையில் எடுத்துப் பிடித்தவாறே “இனிப்பு இனிப்பு, இனிப்போ இனிப்பு” என்று, பேச்சுத் தமிழ் போல பேச்சுவழக்கு அரபியில் இராகத்துடன் ஒரு பாடலைப் பாடுவது போல் இழுத்து சத்தமிட்டுக் கொண்டிருந்தான். அவன் அந்த வார்த்தைகளை தொடர்ந்து இராகத்துடன் உச்சரித்துக் கொண்டிருக்கும் போதே மக்கள் சூழ்ந்து கொண்டு பழத்தின் விலையை விசாரித்து பேரம் பேசத் தொடங்கினர். ஏதாவதொரு வாடிக்கையாளரிடம் பழத்தினைக் கொடுத்து பணத்தினைப் பெறும்போது மட்டுமே அந்தப் பாடல் தடைபட்டது. ஒன்று விற்றதும், அடுத்ததைக் கையிலெடுத்து வைத்துக் கொண்டு மீண்டும் இராகமிசைக்கத் தொடங்கிவிடுவான் “இனிப்பு இனிப்பு, இனிப்போ இனிப்பு”

வாடிக்கையாளர்களுக்கு அடுத்தடுத்து பழங்களைக் கொடுத்து காசினை வாங்கிப் போட்டுக்கொண்டிருந்த அதே நேரத்தில், எங்கோ தூரத்திலிருந்து மென்மையான சிரிப்பு சத்தம் கேட்க, பின்னால் திரும்பிப் பார்த்தான். நட்சத்திரங்களைப் போல் மின்னிய, ஏதோ ஒரு அரபு சமூகத்தைச் சேர்ந்த நான்கு இளம் பெண்கள் அவர்களுக்குள் பேசிச் சிரித்தவாறு மயில்களைப் போல் அசைந்தாடி சென்றுகொண்டிருந்தனர். இளமைப் பருவத்தின் உச்சத்திலிருந்தவர்கள் அவர்களுடைய உடலின் வடிவமைப்பை நன்கு வெளிப்படுத்தும்படியான இறுக்கமான ஜீன்ஸும், துள்ளிக் குதித்து வெளியேறுவதற்கு தயாராய் இருக்கும் மார்பகங்களை இழுத்துப் பிடிக்க முயற்சிப்பதைப் போன்ற வடிவமைப்பில், ஆனால் கிட்டத்தட்ட அதனால் எந்தவித பயனும் இல்லாத மேலாடையும் அணிந்திருந்தனர். அதன் குட்டைக் கை,

பட்டுப்போன்ற மென்மையான அவர்களது வெள்ளை நிறக் கைகளை அழகாய் காட்டிக்கொண்டிருந்தது.

அந்த இளைஞனோ மெய்மறந்து, அந்தச் சூழ்நிலையையும் மறந்தவனாய், பாடிக்கொண்டிருந்த இனிப்பான பாடலையும் நிறுத்திவிட்டு, தலையைத் திருப்ப மறந்து, பெரிய கண்களை விரித்து அவர்களையே பார்த்துக் கொண்டிருந்தான். வடிக்கையாளர்கள் "இந்தப் பழத்தின் விலை என்ன ரஃபீக்*" என்று கேட்டது கூட அவன் காதில் விழவில்லை. பகல் கனவிலிருந்து அவனை நினைவுலகத்திற்குக் கொண்டுவரும் அவர்களின் அத்தனை முயற்சிகளும் வீணாய்ப் போயின. எத்தனை நேரம் அப்படி நின்றிருப்பானோ அவனுக்கே தெரியாது. சந்தையின் மூலை ஒன்றில் அவர்கள் மறைந்து போகும் வரை அவனது கண்கள் அவர்களையே தொடர்ந்து கொண்டிருந்தன. அவனால் இப்பொழுது அவர்களைப் பார்க்கவோ, அல்லது அந்த மென்மையான சிரிப்பைக் கேட்கவோ முடியாது எனும்போதுதான் சட்டென தான் இருக்கும் இடம் நினைவுக்கு வர, சுற்றும் முற்றும் பார்த்தான். அவனது கண்களும் வாடிக்கையாளர்களின் கண்களும் சந்தித்துக் கொண்டன. அவர்களில் ஒரு சிலர் அவனின் இந்தச் செய்கையால் வருத்தத்துடனும், சிலர் அனுதாபம் கலந்த சிரிப்புடனும் அவனைப் பார்த்தனர். கேள்விகளுடன் கூடிய அவர்களின் முகத்தைப் பார்த்தவுடன், அவர்களைக் கண்டுகொள்ளாமல் விட்ட தன்னுடைய செயலுக்காய் அவர்களிடம் விளக்கமும், மன்னிப்பும் கேட்கவேண்டுமென்று நினைத்தான். அடிஆழத்திலிருந்து இழுக்கப்பட்டதைப் போல் ஒரு நீண்ட பெருமூச்சொன்றை வெளியிட்டு, அப்பெண்கள் சென்ற திசையைப் பார்த்தவாறே. அவனது குரலை நீட்டி முழக்கி மீண்டும் அந்த வார்த்தைகளை உச்சரிக்கத் தொடங்கினான் "இனிப்போ இனிப்பு"....

எழுதியவர்:	Dr. அப்துல் ஹக்கீம் அல்ஜுபைதி இன்னமும் வெளிவராத இவரது சிறுகதைகளில் ஒன்று.
குறிப்பு:	வேய்த்ஹிலோ (Wayed hillow) - அமீரகத்தின் பேச்சு வழக்கு அரபி சொல். மிகவும் இனிப்பான என்று பொருள்.

ரஃபீக் (Rafeeq) - காம்ரேட்

5
ஒரு கோப்பை காஃபி

"நமது பக்கத்து வீட்டுக்காரர் ஹமது குறித்து கேள்விப் பட்டீர்களா?" காலை வீட்டை விட்டுக் கிளம்புவதற்கு முன் அவன் வழக்கமாகக் குடிக்கும் காஃபியை ஒரு கோப்பையில் ஊற்றியவாறே அவள் கேட்டாள். "இல்லை நான் எதையும் கேள்விப்படவில்லை. கேள்விப்படவும் வேண்டாம்" கோப்பை யைக் கையில் எடுத்தவாறே பதிலளித்தான்.

உண்மையிலேயே அவன் எதையும் கேட்க விரும்பவில்லை. அவனுக்கும், மயக்கும் மணம் கொண்ட அவனது காஃபியின் சுவாரஸ்யத்துக்கும் இடையில், எதுவும் வருவதை அவன் விரும்பவில்லை. அந்தக் கோப்பையைக் கையில் பிடித்து... அதனுள் இருக்கும் அந்த மஞ்சள் கலந்த பழுப்பு நிற திரவத்தை உற்றுப் பார்த்தபடி "இது ஒரு ஏரி, ஏலக்காய் குங்குமப்பூவுடன் கலக்கும் ஏரி" என்று தனக்குத்தானே சொல்லிக்கொண்டான். கோப்பையை இலேசாகச் சுழற்ற ஏரி நகர்ந்து, ஓரங்களில் அதன் நிறம் பிரகாசித்தது. வாயில் வைத்து ஒரு மிடறு விழுங்கினான்...

"எத்தனை அருமையாய் இருக்கிறது இந்தக் கசப்பு. இந்தக் கசப்பினால்தான் இது இத்தனைச் சுவையாய் இருக்கிறது போல."

"என்ன? காஃபியில் ஏதேனும் விழுந்துவிட்டதா" காஃபியின் சுவையுடன் கூடிய வண்ணமயமான கற்பனை உலகத்திலிருந்தும் பகல் கனவிலிருந்தும் அவனை விடுவித்து இழுத்து வந்தது அவன் மனைவியின் கேள்வி. அவளைப் பார்த்து புன்னகைத்து விட்டு, காஃபியைப் பார்த்து "ஆம்..." என்றான். "ஒன்றல்ல... நிறைய... எனக்கும் காஃபிக்கும் இடைப்பட்ட தனிப்பட்ட உறவும் உரையாடல்களும்"

நினைவுகளில் பின்னோக்கிச் சென்று அவனுடைய அம்மா, அவனுடைய அப்பாவிடம் அவர்களுக்காக இந்தியாவிலிருந்து காஃபிக் கொட்டைகளை வாங்கி வரச் சொல்லிய நாட்களை நினைத்துப் பார்த்தான். அவருக்குக் கோப்பையில் காஃபியை ஊற்றிக் கொடுக்கும்போதெல்லாம் குடித்துவிட்டு என்ன சொல்லப் போகிறார் என்று அம்மா ஆவலுடன் காத்திருப்பார். முதல் துளியை உறிஞ்சியதும் அவர் கூறும் "உம் சயீதின் காஃபி எத்தனை அற்புதமானது" என்ற வார்த்தைகளைக் கேட்டதும் சந்தோஷத்திலும் பெருமிதத்திலும் மிதக்கத் தொடங்கிவிடுவார். அப்பா காஃபியை அருந்தி மகிழ்வதைக் கண்களால் இரசித்துக் கொண்டே பித்தளை டல்லாவிலிருந்து ஒன்றன் பின் ஒன்றாக கோப்பைகளை நிரப்பிக் கொண்டேயிருப்பார். ஆனால் அவன் மனைவி அப்படிச் செய்வதில்லை.

"நான் சொல்வது கேட்கவில்லையா? அவர்களின் வீடு எரிந்துவிட்டதென்று சொன்னேன்".

கோப்பை கிட்டத்தட்ட அவன் கைகளிலிருந்து நழுவிவிட்டது. இன்பத்தின் உச்சியில் மிதந்துகொண்டிருந்தவனை ஊசியால் குத்தியது போலிருந்தது அவள் உதிர்த்த வார்த்தைகள்.

"யாருடைய வீடு எறிந்தது" அவன் பயத்துடன் கேட்க, பொறுமையிழந்தவளாய், கோபத்துடன் கூறினாள் "பு ஹமதின் வீடு"

கோப்பையில் மீதியிருந்த காஃபியை ஒரே மடக்கில் குடித்து முடித்தான்.

அவனிடமிருந்து கோப்பையை வாங்கிக் கொண்டு, "பொறுமை, பொறுமை. அவசரப்பட வேண்டாம். எரிந்தது இன்றல்ல நேற்று.... அதுவும் முழு வீடல்ல, படுக்கையறை மட்டும்தான்" என்றாள்.

சற்றே ஆசுவாசமடைந்தான்.... ஆனால் காஃபி... அது தந்த கற்பனையும் அதன் மயக்கமும், அவன் மனைவி பயன்படுத்திய வாசனைத் திரவியத்தைப் போல காற்றில் கரைந்து போனது. எரிச்சலுடன் முணுமுணுத்துவிட்டு "அந்த டல்லாவைக் கொடு. நானே காஃபியை ஊற்றிக் கொள்கிறேன்" என்றான் உறுதியுடன். ஒரு வார்த்தை கூடப் பேசாமல் அதை மறுத்ததுடன், அங்கிருந்து நகர மறுப்பதன் அறிகுறியாய் இரண்டு கைகளினாலும் டல்லாவை இறுக்கிப் பிடித்துக் கொண்டாள்.

அவளிடமிருந்து காஃபிக் கோப்பையை மீண்டும் பெற்றுக் கொண்டவுடன் முதல் மிடற்றிலேயே நினைவுகள் மீண்டும் திரும்பின. அவன் காஃபியை மிகவும் விரும்பக் காரணம் அது அவன் பெற்றோரிடையேயான அந்தரங்கமான காலை நேர நெருக்கத்தை அவனுக்கு ஞாபகப்படுத்தியதுதான். அவனது அம்மாவிற்கும் அப்பாவிற்கும் இடையேயான ஒரு தனித்துவமான உரையாடலை, இரு காதலர்களுக்கிடையேயானதை அந்த டல்லா நிகழ்த்திக் கொண்டிருக்கும். வெப்பம் மிகுந்த நாளில் பறந்து செல்லும் பறவையின் இறகுகளின் மேல் தூறலைத் தூவிச் செல்லும் தென்றலைப் போல, ஆயிரக்கணக்கான வார்த்தைகளாலும் சொல்ல முடியாத காதலையும் ஏக்கத்தையும் சொல்லாமல் சொல்லிற்று அந்த ஒரு கோப்பை காஃபி.

"உனக்கு என்ன ஆயிற்று? என்றாள், "எதற்குக் கோப்பையை இப்படிப் பார்த்துக் கொண்டிருக்கிறாய்?" அவளைப் பார்த்து தந்திரமாய் புன்னகைத்தான்.

கோப்பையை நீட்ட அதை வாங்கி ஒரு முறை உற்றுப் பார்த்துவிட்டு மீண்டும் நிரப்பி அவனிடம் திருப்பிக் கொடுத்தவாறே, "நம்முடைய பக்கத்து வீட்டு சஃபியாவைப் பற்றி சொல்லிக் கொண்டிருந்தேன்" என்றாள். "அவளுக்கு என்ன?"

"அவள்" என்ற ஒற்றை வார்த்தையைத் தவிர அவள் பேசிய வேறு எதுவும் அவன் காதுகளில் விழவில்லை. அவன் மனம் காஃபியில் மூழ்கி அலைபாயத் தொடங்கியது. அச்சிறிய ஏரியின் மேற்பகுதியில், அவன் கண்டவை கலைந்துவிடா வண்ணம், மெதுவாய் ஒரு மிடறு விழுங்கினான். கடல் பயணத்தின் துயரங்களைப் போக்கவும் தனிமையான இரவுகளை இனிமையாக்கவும் "நிஹாம்" களில் திரும்பத் திரும்ப பாடப்பட்ட யமலைப் பாடியபடி, நிறைய கனவுகளையும் நம்பிக்கைகளையும் கொண்டிருக்கும் மாலுமிகளைச் சுமந்து செல்லும் பாய்மரப் படகுகள், பறந்து செல்லும் கடற்பறவைகள், சிப்பிகள் மற்றும் நிலவின் ஒளியில் உள்ளங்கைகளில் ஒளிவீசும் முத்துக்கள், டனாஸ், ஹஸ்பாஸ்.... என இன்னும் இன்னும் பலவற்றை அதனுள் பார்த்துக் கொண்டேயிருந்தான்....

"என்னதான் உன் பிரச்சினை?"

மிதந்துகொண்டிருந்த கற்பனை சாம்ராஜ்ஜியத்திலிருந்து சடாரென அவனைக் கீழே விழச் செய்தன அவளின் அந்த வார்த்தைகள். எங்கோ ஆழத்தில் சிப்பிகளைப் பொறுக்கிக் கொண்டிருந்தவனை அவள் இழுத்து மேலே விட்டிருந்தாள்.

"அந்த கோப்பையில் எதாவது பிரச்சினையா?" என்று கேட்டவளிடம் கோப்பையைக் கொடுத்துவிட்டு அவசரமாய் வீட்டிலிருந்து கிளம்பினான்.

அவனை வழியனுப்பிவிட்டு கையிலுள்ள கோப்பையை பார்த்தவாறே திரும்பியவள், எதில் பிரச்சினை கோப்பையிலா இல்லை காஃபியிலா என்று யோசித்தவாறே, அவளுக்காய் ஒரு கோப்பை காஃபியை ஊற்றிக்கொண்டு அதை உற்றுப் பார்க்கத் தொடங்கினாள்.

எழுதியவர்: சாரா அல்நவாஃப்

2004ல் வெளிவந்த இவரின் ஹிவார் சமீத் "HiwarSamet" (ie A Silent Dialogue) என்னும் சிறுகதைத் தொகுப்பில் இடம்பெற்ற கதை

குறிப்புகள்: டல்லா - தாமிரத்தால் செய்யப்பட்ட காஃபியை ஊற்றிவைக்கும் பாத்திரம்.

*நிஹாம் - வளைகுடாப் பகுதிகளில் கடலோடிகளும், முத்துக் குளிப்பவர்களும் பாடும் ஒரு வகைப் பாடல்

*டனாஹ், ஹஸ்பா - முத்துகளின் வகைகள்

6
குழி

....

அந்த இயந்திரத்தைக் கொண்டு மிகவும் ஆழமாகத் தோண்டியிருந்ததால் அவர் சோர்ந்து போய்க் காணப்பட்டார். இயந்திரத்தின் வயிற்றுப் பகுதி வரை இரத்தம் வழிவதுபோல், தூசி வழிந்து, பார்ப்பதற்கு நிர்வாணமாய், தொடர்ந்து முணங்கிக் கொண்டிருப்பது போல் இருந்தது. இது எல்லாமே ஒரு விளையாட்டுதான். வெளியிலிருந்து பார்ப்பவர்களுக்கு இது ஒரு ஆழமான குழி அவ்வளவே.

தன்னுடைய துடிப்பை நிறுத்திக் கொண்ட குழி தோண்டும் இயந்திரம், அந்தப் புழுதியினாலேயே முழுவதும் மூடப்பட்டு, அது தோண்டிய குழியின் மேலே உயரமாய் நின்று கொண்டிருந்தது. உள்ளோடியிருக்கும் வேர்களின் வாசனை நாசியைத் துளைக்கும் ஆழத்திற்கு இறங்கியிருந்தபோது அதை இயக்குபவருக்கு மனதில் ஒரு நடுக்கம் ஏற்பட்டது. மேலும் பலமாய் தும்மியதில் தன்னுடைய உடலின் சமநிலையையும் தவறவிட்டார். பயத்தில், அவர் மூச்சை நிறுத்தி, மண்டையை நசுக்க விரும்பி, பாறைகள் அவர் மேல் கொட்டுவது போலவும், தலையை உடலிலிருந்து பிரிக்கவிருப்பதுபோலவும் உணர்ந்து அரண்டு போனார். உடலின் புண்களில் இரத்தம் வடிந்து, உடம்பு ஆங்காங்கே தடித்து வீங்கி யிருந்தது. தூசி நிறைந்த கண்களிலிருந்து கண்ணீர் வழிந்தோட, அவர் முகம் வெளிறிப்போயிருந்தது.

நாள் முழுவதுமான கடினமான வேலைக்குப் பிறகு அவர் அந்தக் குழியிலிருந்து மேலேறி வரவேண்டியிருந்தது, ஆனால் அவரால் முடியவில்லை. குழி தோண்டும் இயந்திரம் குழியின் ஓரத்தில் நின்று, சிறிது நாட்கள் முன்பு கிட்டத்தட்ட இதே போன்றதொரு சூழலில் அவரது சக ஊழியர் ஒருவருக்கு நிகழ்ந்தது போல, அவர் மேலே விழுந்துவிடுவேன் எனும்படி அவரை பயமுறுத்திக் கொண்டிருந்தது.

அவரது பார்வை அச்சுறுத்திக் கொண்டிருக்கும் இயந்திரத் தினைத் தாண்டி அர்த்தமற்ற வாழ்வின் அர்த்தங்களை விளக்கிச் சொல்லும் ஒரு கடிதத்தினை நோக்கிச் சென்றது. பல ஆண்டு களாய் அவர்களிடமிருந்து விலகியிருக்கும் அவர்களின் மகனின் முடிவைச் சொல்லும் ஒரு கடிதம்.

அந்நாட்களில் அவருக்கு இது போன்ற வேலைகளுக்கு வரும் ஆட்களின் வாழ்வோ வலியோ எதுவுமே தெரியாது, வயிற்றைக் கிள்ளும் பசி ஒன்றைத் தவிர. அதுதான் அவர்களை இத்தனை ஆபத்தான வேலையை நோக்கியும் தள்ளிக் கொண்டிருக்கிறது.

அந்த இறந்தவன் அவன் அம்மாவிற்கு எழுதியிருந்த கடிதத்தைப் படிக்கையில் அவர் அழுதுவிட்டார். கடிதம் அம்மாவிலிருந்து, அக்கா, தங்கை, அண்ணன், தம்பி, நண்பர்கள் என நீண்டிருந்தது. அக்கடிதத்தில் இருந்த மை அவனின் பக்கத்து வீட்டுக்காரர்களுக்குமாய் நீண்ட போது அது அவருக்கு இரத்தமாய் தெரிந்தது. மை இரத்தமாகவும், கோடுகள் வாழ்வின் முடிவைக் குறிப்பவையாகவும், இடைவெளிகள் இருண்மை நிறைந்ததாயும் தெரிந்தன.

அக்கடிதத்தின் எச்சங்களை அவரின் தாய் மென்மையாக அணைத்துக் கொண்டார். எப்பொழுதும்போல் வேலைக்குக் கிளம்பிச் சென்று, சம நிலை தவறியதால் குழிக்குள் விழுந்து உயிரை விட்ட தங்கள் சகோதரனின் கடைசி சிரிப்பினை அவனின் சகோதர சகோதரிகள், கண்ணீர் நிரம்பி வழியும் கண் களுடன் நினைவுகூற முயற்சித்துக் கொண்டிருந்தனர்.

இதே போன்றதொரு குழியில் விழுந்து இறந்த மனிதனின் நினைவுகளுடன் அவர் சரிந்து கொண்டிருக்கும் அக்குழியின் விளிம்பைப் பிடித்து ஏற முயற்சித்துக் கொண்டிருந்தார். அவருடைய சக பணியாளர்களை பயமுறுத்தும் விசயங்கள் எல்லாமும் அவரையும் பயமுறுத்துவதுண்டு, ஆனால் பரபரப் பான வாழ்க்கை சுழற்சியில் இது போன்ற பயங்கள் துண்டுத்துண்டாய் நொறுங்கி மறைந்து போகின்றன. அவர் அவரின் வாழ்வு நகர்வதைக் குறித்து மட்டுமே யோசிக்கிறார்.

அவர் தோண்டியதை காட்டிலும் ஆழமான குழியில் வீசப்பட்ட, அவரைப் போன்ற ஒருவரால் நாட்களில் உருகி, நிமிடங்களைப் படிக்க முடியாமல், நொடிகளைக் கடக்க முடியாமல்தான் கடக்க முடியும். தினமும் ஒழுங்காக வேலை செய்வதைத் தவிர அவருக்கு வேறு எதுவும் தெரியாது. புழுதி

ஆங்கிலத்தில்: ஷிஹாப் கானம் – தமிழில்: பிரியா ✳ 31

நிறைந்திருந்த அந்த இடத்திற்கு சம்மந்தமே இல்லாமல் நல்ல உடையணிந்து வந்திருக்கும் ஃபோர்மேனைக் கண்டு அவர் வருத்தமடைந்தார்.

அவரது பத்தாவது முயற்சியில் சமநிலை குழைந்து சட்டென சரிந்தார். ஒரு மண் கட்டியிலிருந்து வேகமாய் விழுந்ததைத் தவிர்த்து அவருக்கு வேறு எதுவும் நினைவில் இல்லை. எதையேனும் பிடிக்க முயன்று முடியாமல் போக, மொத்தமாய் சரிந்து விழுந்தார்.

எழுதியவர் : ஹரேப் அல்தஹிரி

*2005*ஆம் ஆண்டில் வெளிவந்த இவரின் லைல் அல்துமா "Lail Al-Duma" (i.e. The Night of the Dolls) என்னும் சிறுகதைத் தொகுப்பில் இடம்பெற்றுள்ள கதை.

7
ஒரு முடிவு

படுக்கையின் ஓரத்தில் அமர்ந்து, என் மனைவி அவளின் இமைகளை நீல நிறத்தில் அலங்கரித்துக் கொண்டிருப்பதைப் பார்த்துக் கொண்டிருந்தேன். எனக்குள் மெல்லியதாய் ஒரு குற்றவுணர்வு பரவியது. பாவம் ஐயோனா!

அவளை எதற்கு என்னுடன் வெளியே கிளம்பி வரச்சொன்னேன் என்ற காரணம் மட்டும் தெரிந்தால்... என் அம்மா மற்றும் பக்கத்து வீட்டுக்காரர்களின் பேச்சினால் முளை விட்ட இந்த எண்ணம், நண்பர்களின் பழிச்சொல்லினால், ஊதிப் பெரிதாக்கப்பட்ட பலூன் போல் வெடித்துச் சிதறி இப்படி ஓர் முடிவினை எடுக்க வைத்திருக்கிறது. இது ஒரு நாளில் எடுத்த முடிவல்ல, முடிவெடுக்க முடியாமல் தவித்த பல இரவுகளின் முடிவில் எடுக்கப்பட்ட முடிவு.

“என்ன யோசிக்கிறாய்? நான் கிளம்பி விட்டேன்” கண்ணாடியைப் பார்த்துக்கொண்டே பேசிய ஐயோனாவின் கணீரென்ற ஆங்கில உச்சரிப்பு கவனத்தை அவள் பக்கம் திருப்பியது.

நான் எதுவும் சொல்லவில்லை. ஏதோ ஒன்று என்னை அமைதிப்படுத்தியது. எழுந்து அவளுடன் நடந்து காருக்குச் சென்று காரைக் கிளப்பினேன். குளிரூட்டியை இயக்குவதற்காக தன் கையை நீட்டிக்கொண்டே ஐயோனா கேட்டாள் “குயின்ஸ்வே மற்றும் நைட்ஸ்பிரிட்ஜில் நாம் சுற்றித் திரிந்த அந்த அழகான மாலைப்பொழுதுகளை விட்டால், நீயாக வெளியே போகலாமென்று முதல் முதலாய் அழைப்பது இப்பொழுதுதான். உனக்கு அதுவெல்லாம் ஞாபகம் இருக்கிறதா, சுல்தான்?

சிகரெட்டைப் பற்றவைத்தவாறே 'ஆம்' எனும்படி தலைய சைத்தேன். நைட்ஸ்பிரிட்ஜின் ஒரு கடையில் வாங்கிய சூட்டை, கிட்டத்தட்ட அதே நிறத்தில் வேறொன்று என்னிடம் இருப்பதை ஹோட்டல் அறைக்குத் திரும்பியதும் அறிந்து அதைத் திருப்பிக் கொடுப்பதற்காக சென்றிருந்தபோதுதான் தற்செயலாக ஐயோனாவை அங்கே சந்தித்தேன். அங்கிருந்த விற்பனையாளரிடம் காரணங்களைக் கூறி பேசி சமாதானப்படுத்த முயற்சித்த போது, அவர் பிடிவாதத்துடன், சின்னஞ்சிறு விஷயங்களுக்காக என்னுடன் வாதிட்டுக் கொண்டிருந்தார். அப்போதுதான் ஐயோனா உதவிக்கு வந்தாள். எங்களுக்கிடையே தலையிட்டு, அமைதியாக சமாதானம் செய்து வைத்தாள். பின்னர் தான் தெரிந்தது அக்கடையின் முதலாளி அவளின் உறவுக்காரர் என்று. அன்றிலிருந்து நான் அவளை அடிக்கடி சந்திக்க ஆரம்பித்தேன், மேலும் அவ்வப்பொழுது மதிய உணவிற்காய் அழைக்கவும் செய்தேன் அதை அவள் ஒரு நாளும் மறுத்ததில்லை. எங்களது அச்சந்திப்புகள் இறுதியில் திருமணத்தில் முடிந்தது.

ஐயோனா என்னுடைய சிகரெட் பாக்கெட்டிலிருந்து ஒரு சிகரெட்டை எடுத்துப் பற்றவைப்பதைப் பார்த்துக் கொண்டிருந்தேன். தங்கநிறத்தில் விளக்குகள் எரிந்துகொண்டிருந்த ஏரியைப் பார்த்தபடி சிகரெட்டைப் புகைக்கத் தொடங்கினாள். இந்த இடத்திற்கு வந்து எத்தனை நாட்களாயிற்று. திருமணத்திற்கு முன்பு வரை சலீம், முகம்மது, அலி மற்றும் வேறு சில நண்பர்களையும் கூட இந்த காலீத் ஏரிக்கு அருகில் தான் சந்திப்பேன். அலியின் காரிலிருந்து கம்பளத்தை எடுத்து விரித்துக் கொண்டு, என்னுடைய திறந்த காரில் அப்துல் கலீமின் பாடல்களை ஒலிக்க விட்டபடி, சீட்டாடிக் கொண்டு, தேநீரை அருந்தியபடி, முகம்மதுவின் வேடிக்கையான பேச்சினை கேட்டுக் கொண்டிருப்போம்.

ஐயோனாவை அழைத்துக் கொண்டு நான் இங்கிலாந் திலிருந்து திரும்பியதிலிருந்து என்னுடைய வாழ்க்கையில் நிறைய மாற்றங்கள். ஐயோனாவை எங்கள் வீட்டில் வாழ அனுமதிக்கும்படி என்னுடைய அம்மாவிடம் கெஞ்சியதுதான் அனைத்திற்கும் ஆரம்பம். என்னுடைய மன நிம்மதியை விலையாய்க் கொடுத்து அவரின் சம்மதத்தைப் பெற்றிருந்தேன்.

அம்மாவின் கண்களில் ஐயோனா பாவத்தின் ஆரம்பமாய்த் தெரிந்தாள். அவளைத் திருமணம் செய்வதென்பது முழுக்க முழுக்க என்னுடைய சொந்தக் கருத்தாய் இருந்தபடியால்,

வீட்டு விசயங்களில் நான் கூறும் கருத்துகள் அனைத்தும் நிராகரிக்கப்பட்டு, மதிப்பிழந்து போயின.

ஹஜ் சலீம் தன் மகளைத் திருமணம் செய்து கொடுக்க கேட்ட மிகப்பெரிய வரதட்சணையை என்னால் கொடுக்க முடியாமல் போனதால்தான் நான் ஐயோனாவைத் திருமணம் செய்து கொண்டேன் என்று கூறி, என் சகோதரி ஆலியாவுக்கு நான் எப்போதேனும் ஏதாகிலும் அறிவுரை வழங்க முயற்சிக்கும் போதெல்லாம் அவை பரிகசிக்கப்பட்டன.

ஐயோனா எங்கள் வீட்டில் இருப்பதால்தான் எத்தனை எத்தனைப் பிரச்சினைகள். நாள் முழுவதுமான கடினமான வேலைக்குப் பிறகு கொஞ்சம் அமைதியை வேண்டி வீட்டுக்குள் நுழையும்போதே ஒரு பெரிய புகார் பட்டியல் காத்திருக்கும். அதில் பெரும்பாலனவை மிகவும் அற்பத்தனமானவையாய் இருக்கும்.

- ஐயோனா ஜன்னலின் வழியே உள்ளே கொண்டு வந்த பக்கத்து வீட்டுப் பூனை மேசையின் மேல் அலங்காரத்திற்கு வைத்திருந்த பூச்சாடியை உடைத்து விட்டது.
- உன் மனைவி அவளின் ஜீன்சை துவைக்காமல், யாரோ துவைக்கட்டுமென்று அழுக்குத் துணிக் கூடையில் எறிந்துவிட்டாள்
- ஐயோனா சத்தமாய்ப் பாட்டுக் கேட்கிறாள்
- யாரிடமும் கேட்காமல் வெளியே செல்கிறாள்... இப்படி இன்னும் இன்னும்...

ஐயோனாவின் கண்கள் எதையாவது செய்யேன் என்று எனை நோக்கிக் கெஞ்சும் போதெல்லாம், நான் அவளுக்காய்த் தைரியமாய் அவர்களை எதிர்த்து நின்றிருக்கிறேன்.

ஆனால் அவளோ இப்பிரச்சினைக்கான என்னுடைய எல்லா தீர்வுகளையும் நிராகரித்து, என் எதிரில் நின்றாள்:

- என்னால் உன் அம்மாவிற்குச் சமையலில் உதவ முடியாது. அந்த மீனின் நாற்றத்தைத் தாங்க முடியவில்லை.
- நான் இந்த நாட்டில் வாழ்வதாலேயே ஞாயிற்றுகிழமையை கைதியைப் போல் வீட்டினுள்ளேயே கழிக்க முடியாது.
- எனக்குச் சவுகரியமில்லாத உன் தங்கை அணிவதைப் போன்ற உடையை என்னால் அணிய முடியாது, மேலும்

இத்தனை பிரச்சினைகள் உள்ள ஒரு வீட்டில் என்னால் புகைக்காமலும் இருக்க முடியாது... இப்படி இன்னும் பல...

நினைவுச் சங்கிலிகளில் மூழ்கி நான் தட்டிவிட மறந்த என் விரல்களுக்கிடையேயும், டிஷ்டாஷா என்னும் என்னுடைய வெள்ளை அரேபிய உடையிலும் சிதறியிருந்த சிகரெட்டின் சாம்பல் துணுக்குகளைத் தட்டிவிட்டு என் நினைவுகளைக் களைத்த ஐயோனா அமைதியாகச் சொன்னாள் "என்னுடைய அம்மாவிற்கும், என் சகோதரன் மைக்குக்கும் கடைசியாய் எழுதியிருந்த கடிதத்தில் உன் நாட்டைக் குறித்து எழுதியிருந்தேன். அவர்களிடம் நான் அஜ்மானின் கடற்கரைகளில் உன்னுடைய அம்மாவுடனும், தங்கை அலியாவுடனும் சந்தோஷமாய்ப் பொழுதைக் கழித்ததாய் கூறினேன். துபாயின் இரவு நேர சந்தையைக் குறித்து விவரித்திருந்தேன், ஷார்ஜாவை குறித்தும் அதிகமாய் எழுதியிருந்தேன். இதிலிருந்து நான் என்ன சொல்ல வருகிறேனென்று புரிகிறதா, நீ இன்னமும் என்னைத் தலைநகருக்குக் கூட்டிச் செல்லவேயில்லை"

நான் அவளைத் திரும்பிப் பார்த்த போது அவள் ஏரியின் நடுவே இருக்கும் நீரூற்றைப் பார்த்துக் கொண்டிருந்தாள். "எத்தனை அழகாயிருக்கிறது? இந்தக் காட்சி தபால் அட்டைகள் எதிலும் படமாய் இடம்பெறவில்லையா? இந்திய வியாபாரிகளால் நடத்தப்படும் சில கடைகளில் காலீத் ஏரியின் இரவு நேரப்படத்துடன கூடிய பல தபால் அட்டைகளைப் பார்த்திருக்கிறேன். ஆனால் இப்பொழுது நான் அவற்றை எங்கே தேடுவது? முடிந்தால் நாளை சில தபால் அட்டைகளை வாங்குவோம்"

அவளுடைய கைப்பையிலிருந்து ஒரு சிறிய கண்ணாடியை எடுத்து ஒப்பனையைச் சரி செய்தவாறே கேட்டாள் "நாம் எங்கே போகிறோம்". தூரத்தில் விளக்குகளால் அலங்கரிக்கப்பட்டிருந்த ஹஜ் சலீமின் வீட்டைப் பார்த்தேன். இன்று ஆயிஷாவின் திருமணம். அவளுக்குக் கணவராய் வரப்போகிறவர் மிகப்பெரிய பணக்கார வியாபாரி, என் காதுகளை உலுக்கிய அவள் அப்பா கேட்ட மிகப்பெரிய வரதட்சணையைக் கொடுக்க முடிந்தவர். அந்த வீட்டைக் காண்பித்துச் சொன்னேன் "நாம் அந்தத் திருமணத்திற்குப் போகப்போகிறோம்". ஆயிஷாவிற்கு இந்தத் திருமணத்தில் விருப்பமில்லையென்று எனக்கு உறுதியாய் தெரியும். அவள் சென்ற முறை அலியாவைப் பார்க்க

வந்திருந்தபோது அவள் கண்களில் தெரிந்த ஆழ்ந்த சோகத்தை என்னால் உணர முடிந்தது. நாங்கள் ஹஜ் சலீமின் வீட்டை அடைந்த போது, வீட்டின் முற்றத்தில் அமைக்கப்படிருந்த மேடையில் நடந்து கொண்டிருந்த நாட்டுப்புற நடனத்தை ஆண்கள், பெண்கள், குழந்தைகள் என அனைவரும் கூட்டமாய் இரசித்துக் கொண்டிருந்தனர்.

முற்றத்தினருகில் காரை நிறுத்தி, கண்ணாடியை இறக்கியதுமே அங்கு ஒலித்துக்கொண்டிருந்த பாடலின் சத்தம் காதுகளை நிறைத்தது. நான் ஐயோனாவைப் பார்த்தேன், இந்த நாட்டிற்கு வந்த பிறகு முதல் முதலாய் ஒரு திருமணக் கொண்டாட்டத்தைப் பார்க்கும் வியப்பு அவள் முகம் முழுக்க நிறைந்திருந்தது. அங்கிருக்கும் ஆண்கள், கையில் குச்சியுடன் முன்னும் பின்னும் நகர்ந்து ஆடிக்கொண்டிருப்பதை வாயைத் திறந்தபடி பார்த்துக் கொண்டிருந்தாள். அந்த நடன அசைவுகள் அவளைக் கவர்ந்திருக்குமென்று நினைக்கிறேன் "இங்கு என்ன நடக்கிறது சுல்தான்" என்றாள்.

அவளின் கேள்வியை எதிர்பார்த்திருந்ததால், காரின் கதவை சாத்திக்கொண்டே அவளுக்குப் பதிலளித்தேன்,

- இந்த வீட்டின் சொந்தக்காரரின் மகளுக்குத் திருமணம்

- இதை எல்லோரும் இப்படித்தான் கொண்டாடுவார்களா? அக்கொண்டாட்டத்தை வெளிப்படுத்தும் விதம்தான் இந்த நடனமா?

- இது ஒரு நாட்டுப்புற நடனக் குழு. பெரும்பாலான குடும்பங்கள் தங்களுடைய திருமணக் கொண்டாட்டத்தில் இது போன்ற கலைஞர்களை பயன்படுத்திக் கொள்வார்கள்.

- வேறு யாராவது அவர்களுடன் சேர்ந்து நடனமாட முடியுமா? உதாரணத்திற்கு நீ"

ஐயோனா எப்படியெல்லாம் யோசிக்கிறாள். காரின் பின்பக்கத்தைக் காட்டும் கண்ணாடியின் மீது தொங்கிக் கொண்டிருந்த தஸ்பீஹ் மணியைக் கையில் எடுத்தவாறே அவளுக்குப் பதிலளித்தேன்.

- சிலர் ஆடுவார்கள்.... ஆனால் எனக்கு ஆடத் தெரியாது?

- சுலபமான அசைவுகள்தானே... அதை என்னவென்று அழைப்பீர்கள்?

ஆங்கிலத்தில்: ஷிஹாப் கானம் – தமிழில்: பிரியா ✳ 37

– அல்அய்யாலா

பேரைக் கேட்டு சிரித்த ஐயோனா என்னுடன் சேர்ந்து திரும்பச் சொல்ல முயற்சித்தாள் "அயலா"

அவள் மீண்டும் பார்வையை அங்கே செலுத்தத் தொடங்கினாள். இக்கொண்டாட்டங்களைப் பார்க்கத்தான் நான் அங்கே அழைத்து வந்திருக்க வேண்டுமென்று நினைத்திருப்பாள். வண்ணமயமான ஆடைகளை அணிந்த குழந்தைகளைப் பார்க்கும்போது நான் அவளுடைய முகத்தைப் பார்த்தேன். நீல நிறக் கண்கள், குறும்பு நிறைந்த முகம், அகலமான உதடுகள். எது அவளிடம் என்னை ஈர்த்ததென்று ஆச்சரியப்பட்டுக் கொண்டேன்.

ஹஜ் சலீமிற்கு நான் யாரென்று காட்டுவதற்காகத்தான் ஐயோனாவை மணந்து கொண்டேன் என்று முகம்மது கூறியது சரியா? எப்படி? இருவருக்கும் நிறைய வித்தியாசங்கள் இருக்கிறதே. ஆயிஷாவின் வெட்கம் நிறைந்த முகத்தை நினைத்துப் பார்க்கிறேன்... கருப்பு நிறக் கண்கள், இரவைப் போன்று கருமை படர்ந்த கூந்தல், மேலும் காதுகள் இரசிக்கும்படியான கொஞ் சுகின்ற அவள் குரல்.

என் மனம் அவளிடம் இல்லையென்பதை ஐயோனா உணர்ந்துவிட்டாளென்று நினைக்கிறேன்,

– என்னவாயிற்று சுல்தான்?

உரையாடலை எப்படித் தொடங்குவதென்று யோசித்துக் கொண்டிருந்தபோது என் கைகள் தஸ்பீஹ் மணிகளுடன் விளையாடிக் கொண்டிருந்தன. ஐயோனாவின் கண்களிலிருந்து வெளிப்படும் மகிழ்ச்சியைக் குலைக்கத்தான் வேண்டுமா?

"உனக்குத் தெரியுமா மணப்பெண் என் தங்கை அலியாவின் நெருங்கியத் தோழி?" நான் இயல்பாய் இருப்பதுபோல் காட்டிக்கொள்ள முயன்றேன்.

"மணப்பெண் எங்கே? எனக்கு அவளைப் பார்க்க வேண்டும். அவள் நிச்சயம் மிகவும் அழகாய்த்தானிருப்பாள்" ஐயோனா வாய் நிறைந்த புன்னகையுடன் கேட்டாள்.

எனக்கும் ஆயிஷாவைக் குறித்துப் பேசவேண்டும். ஐயோனாவே அதற்கான வாய்ப்பை ஏற்படுத்திக் கொடுக்கும்போது அதை ஏன் இழக்க வேண்டும்.

– ஆம் அவள் அழகாய்த்தானிருப்பாள். நானும் அவளைத் திருமணம் செய்துகொள்ள விரும்பினேன்.

– “பின்பு ஏன் நீங்கள் திருமணம் செய்து கொள்ளவில்லை” ஐயோனா ஆச்சரியத்துடன் கேட்டாள்.

– நான் அவள் அப்பாவிடம் அவளைப் பெண் கேட்டேன்...

– அவர் மறுத்துவிட்டாரா?

– இல்லை அவர் மிகப்பெரிய வரதட்சணை கேட்டார்.

– எவ்வளவு?

– நிறைய... ரொம்பவும் நிறைய. உன்னுடைய வாழ்க்கையில் நீ நினைத்தே பார்த்திடாத அளவு...

– அவர் ஏன் அப்படிச் செய்தார்?

என் நம்பிக்கையின் முதல் கீற்றை அழித்தது, என்னை முடங்கிப் போகச் செய்யும் அளவு அவர் கேட்ட அந்த வரதட்சணைதான். அவர் மிகப்பெரிய பணக்காரர், கோடீஸ்வரர், இருப்பினும் அவர் ஏன் அத்தனை அதிகமாக ஆசைப்பட்டார்? ஆனால் ஹஜ் சலீம் ஒன்றும் இதைப் புதிதாய்ச் செய்யவில்லை. சயீத் சைஃப், வணிகர் ஓம்ரான் மற்றும் பலரும் கூட இதையே செய்தனர்.

ஆயீஷாவை நினைக்கும்போதெல்லாம் மனதின் ஓரத்தில் வலி ஏற்படுவது ஏன் என்று தெரியவில்லை. நான் அவளை நேசித்தேன் இன்னமும் நேசிக்கிறேன். ஐயோனா என் மனதைப் படித்திருக்க வேண்டும். அவள் உதட்டிலிருந்த சிரிப்பு காணாமல் போயிருந்தது.

– நீ இன்னும் அவளைக் காதலிக்கிறாயா?

– ஆம்

என் பதிலைப் புறக்கணித்துவிட்டு வேறு திசையில் பார்க்கத் தொடங்கினாள். நான் ஏன் இதையெல்லாம் சொல்லிக் கொண்டிருக்கிறேன்? என்னுடைய முடிவைக் குறித்து அவளிடம் தெரிவிப்பதற்காக எந்தவித திட்டமிடலும் இல்லாமல் நான் ஏற்படுத்திய வழியா இது? அவள் விரலில் மேதிரத்தைக் கோர்த்துக்கொண்டே கேட்டாள்,

– உன்னுடைய பழைய நினைவுகளால் என்னைக் காயப்படுத்ததான் இங்கு அழைத்து வந்தாயா? நம்

வீட்டிற்குப் போகலாம் வா, எனக்கு இங்கே மூச்சு முட்டுகிறது.

என்னுடைய குரலில் இருக்கும் தயக்கத்தை மறைப்பதற்காய் கையிலிருந்து மணிச்சரத்துடன் விளையாடிக் கொண்டே சொன்னேன்

– ஒரு முடிவைப் பற்றி சொல்வதற்காகத் தான் நான் உன்னை வெளியே அழைத்து வந்தேன். அதன் பின் போகலாம்.

– “என்ன முடிவு” புருவத்தை உயர்த்தியபடி கேட்டாள்.

– நமக்குள் ஒத்துப் போகுமா என்பதைத் தெரிந்து கொள்ள நாம் போதுமான அளவு நேரம் கொடுத்துவிட்டோம் ஐயோனா. ஆனால் முடிவு சாதகமாய் இல்லை. நம் இருவருக்குள்ளும் ஒத்துப் போகவில்லை, எனவே பிரிவதே சரியாக இருக்கும்.

அவளைப் பார்க்காமலேயே கூறினேன்.

நான் கூறிய வார்த்தைகளின் விளைவுகளைத் தெரிந்து கொள்ள அவளை நிமிர்ந்து பார்த்தேன். முத்து போன்ற கண்ணீர்த்துளிகள் அவள் கண்களிலிருந்து உருண்டு வந்தன, வார்த்தைகளின் சில்லிப்பு தாங்காமல் அவள் கைகள் நடுங்கிக் கொண்டிருந்தது. ஏதேனும் சொல்லுவாள் என்று எதிர்பார்த்தேன், எதுவும் சொல்லவில்லை. விரைந்து கண்ணீரைத் துடைத்து, கைகளின் நடுக்கத்தைக் கட்டுப்படுத்திக் கொண்டாள். நாங்கள் வீட்டிற்குத் திரும்பினோம்.

ஐயோனா வேகமாக அவள் அறைக்குச் சென்றாள். அவளுடைய பொருட்களை எல்லாம் எடுத்து வைப்பதை நான் கட்டிலில் அமர்ந்து அமைதியாகப் பார்த்துக் கொண்டிருந்தேன். அறையின் மேஜை டிராயரை இழுத்து அதிலிருந்த அனைத்தையும் தரையில் கொட்டியவள், புருவம் தீட்டும் பென்சில் ஒன்றையும், ஒரு சிறிய வாசனை திரவிய பாட்டிலையும் மட்டும் எடுத்துக்கொண்டு நான் வாங்கிக் கொடுத்த மற்றவற்றையெல்லாம் அதே டிராயரில் திரும்பவும் வைத்தாள்.

அனைத்தையும் முடித்துவிட்டு என்னைப் பார்த்து “நான் எப்பொழுது லண்டனுக்குத் திரும்பலாம்” என்று கேட்டாள்.

சூழ்நிலையை இலகுவாக்கும் முயற்சியாக, “ஏன் இத்தனை அவசரம்” என்றேன்.

அவள் எதுவும் சொல்லவில்லை, பதிலாக அவளுடைய வழக்கமான பதட்டத்துடன் எனக்குக் கட்டளையிட்டாள், “விவாகரத்து நடைமுறைகளை நாளையே முடித்துக்கொள், நான் கிளம்புகிறேன்”

மறுநாள் ஐயோனா கூறியபடியே விவாகரத்து நடைமுறைகளை முடித்துவிட்டு, மாலையில் அவளை விமான நிலையத்திற்கு அழைத்துச் சென்றேன். அலியா எங்களுடன் வந்தாள், ஆனால் என் அம்மா ஐயோனாவை வழியனுப்புவதற்கு வர மறுத்துவிட்டார். மேலும் என்னுடைய இந்த முடிவினால் அனைவரிலும் மிகவும் மகிழ்ச்சியடைந்தது அவர் மட்டும் தான்.

என்னைப் பார்த்தவாறே ஐயோனா, அலியாவிடம் சொல்லிக்கொண்டிருந்தாள், “உங்களது உபசரிப்புக்கு நன்றி. ஆனால் ஒரு நாள் நிச்சயம் நான் என் நாட்டிற்குத் திரும்பச் சென்றுதான் ஆகவேண்டும்”

ஐயோனா விமானத்தின் படிக்கட்டுகளில் ஏறி கண்ணிலிருந்து மறையும் வரை நான் சோகத்துடன் அவளைப் பின்தொடர்ந்தேன்.

வீட்டிற்குத் திரும்பியபோது, என் அம்மா பெரிய மன நிம்மதியுடன், ஐயோனாவின் வாசனைத் திரவியத்தின் வாசனையைக் கூட வீட்டிலிருந்து துரத்தும் விதமாய்ப் பெரிய ஊதுபத்தி ஒன்றைப் பற்ற வைத்திருந்தாள். நான் என்னுடைய அறைக்குச் சென்றேன். அது காலியாயிருந்தது. அம்மாவைத் தொந்தரவு செய்து கொண்டிருந்த டேப் ரிக்கார்டர் அங்கு இல்லை. குவிந்து கிடந்த அழுக்குத் துணிகளில், ஐயோன சேர்த்த அவளுடைய ஜீன்ஸ் துணிகளின்றி அலமாரி காலியாய்க் கிடந்தது.

இழுப்பறைப் பெட்டியில் இருந்த ஒரு ட்ராயரில் அலட்சியமாய் வைத்திருந்த ஒரு சிகரெட் பெட்டியும், அதனருகில் அவள் அம்மாவுக்கு எழுதி, அனுப்ப மறந்திருந்த கடிதம் ஒன்றும் கிடந்தது.

படுக்கையில் அமர்ந்து அக்கடிதத்தை கையில் எடுத்தேன். மொத்த வீட்டிலும் ஐயோனாவுடையதாய் மிச்சமிருந்தது அது மட்டுமே. அதைத் திறந்து என்ன எழுதியிருக்கக் கூடுமென்று படிக்க முயற்சித்தேன். அவள் கையெழுத்துத் தெளிவாய், அழகாய் இருந்தது.

ஆங்கிலத்தில்: ஷிஹாப் கானம் – தமிழில்: பிரியா ✳ 41

அன்புள்ள அம்மா,

எனக்குக் கொஞ்சம் ஓய்வு நேரம் கிடைத்ததால் நான் உனக்கு இதை எழுதுகிறேன். பனிக்காலம் நெருங்கிக் கொண்டிருந்தாலும் இங்கு காலநிலை இன்னும் சூடாய்த்தான் இருக்கிறது. சுல்தான் இப்பொழுதுதான் வேலை முடித்து வந்து, வெளியே போகலாமென்று என்னை அழைத்திருக்கிறான். என்னிடம் எதையோ சொல்ல நினைக்கிறானென்று நினைக்கிறேன். சுல்தானுக்குக் குழந்தைகள் என்றால் மிகவும் பிடிக்கிறது, தன்னுடைய அத்தையின் குழந்தைகளை எப்பொழுதும் செல்லம் கொஞ்சிக் கொண்டேயிருப்பான். பெரும்பாலும் குழந்தைப் பெற்றுக் கொள்வதைப் பற்றிதான் என்னிடம் பேசப்போகிறானென்று எதிர்பார்க்கிறேன். சுல்தான் ஒரு ஆண் குழந்தைதான் வேண்டுமென்று ஆசைப்படுகிறான், எனக்குத் தெரிந்து அவன் அம்மாவும் கூட. ஆனால் எனக்கு பெண் குழந்தைதான் வேண்டும். சுல்தான் இதைக் குறித்து பேசினால், என்னால் நிச்சயமாக இந்தச் சந்தோசமான விசயத்தை இதற்குமேல் அவனிடமிருந்து மறைக்க முடியாது. நான் கர்ப்பமாயிருக்கும் விசயத்தை அவனிடம் சொல்லி அவனை சந்தோசப்படுத்துவேன். அவன் நிச்சயம் பெருமகிழ்ச்சி கொள்வான்.

அடுத்தக் கடிதத்தில் என்ன நடந்தது என்பதை நான் முழுமையாக விளக்குகிறேன். அப்பாவுக்கும், தம்பி மைக்குக்கும் என் அன்பு.

உங்கள் அன்பு மகள் ஐயோனா.

எழுதியவர் : இப்திஸம் அப்துல்லா அல்முவல்லா

"12 சிறுகதைகள்" என்னும் தலைப்பில் 1989ல் வெளிவந்த அமீரக எழுத்தாளர்களின் சிறுகதைத் தொகுப்பில் இடம் பெற்ற கதை.

8

மளிகைக் கடைக்காரரின் பை

தூக்கக் கலக்கத்துடன், மேசையின் மேல் அடுக்கி வைக்கப் பட்டிருந்த தூசி நிறைந்த, காகிதங்கள் துருத்திக்கொண்டிருக்கும் கோப்புகளின் வழியே என் பார்வையை படரவிட்டேன். என் அருகிலிருக்கும் ஒரு கோப்பை எடுத்து இன்றைய பொழுதைக் கழிக்க நான் எவ்வளவு வேலை செய்ய வேண்டியிருக்கும் என்று கணக்கிடுவதற்காய் அதன் பக்கங்களைப் புரட்டினேன். மீதமிருந்தவற்றிலிருந்தும் முக்கியமானவற்றைப் பிரித்தெடுத்து, அதிலிருந்து அன்றைக்கு முடிக்க முடிவெடுத்த சில தாள்களை மட்டும் தனியே எடுத்து வைத்தேன். இந்தக் காகிதங்களில் மூழ்குவதற்கு முன் வழக்கமாய்ச் செய்வதுபோல் ஆழ்ந்த பெருமூச்சொன்றை சத்தமாய் வெளியிட்டு, தலையை நிமிர்ந்து என் அறையின் கதவைப் பார்க்கையில், மணி எட்டானதை அறிவிக்கும் விதமாய், அலாரமடித்ததைப் போல் பஷீரின் காலடி ஓசைகள் கேட்கின்றன. வழக்கம்போல் உற்சாகமற்ற முகத்துடனும், குனிந்த தலையுடனும், கால்கள் பின்ன என் அறையைக் கடந்து சென்றார் பஷீர். என் அறைக்கதவை அடுத்திருக்கும் பாதை அடைக்கப்பட்டது தெரியாமல் இருந்திருந்தால், ஒருவேளை அவர் அதே வழியில் அப்படியே நேராய்ச் செல்லக்கூடும் என்று கற்பனை செய்திருப்பேன்.

அவரோ திடீரென ஒரு அரை வட்டமடித்து, எனக்கு எதிர்ப்புறமாய் முதுகைக் காட்டியபடி, தலை கவிழ்ந்தபடியே நடந்து போனார். இதைப் பார்க்கையில் எனக்கு ஒரு வேளை அவர் அவரது பழைய காலணிகளைக் குறித்து நினைத்து வருத்தபடுகிறாரோ என்று தோன்றியது. எனது அறையிலிருந்து விலகி எதிரே இருக்கும் அலுவலகத்தின் மற்றொரு பகுதியின் நுழைவாயிலில் நுழையும்போதுதான் அவரது கையில் இருந்த நீலநிற பையை கவனித்தேன். அதனுள் என்ன இருக்கிறதென்று

துழாவிய என் கண்களுக்கு டிஷ்யூ காகிதங்கள் அடங்கிய பெட்டி, அறை நறுமணமூட்டி மற்றும் ஒரு செய்தித்தாள் இருப்பது தெரிந்தது.

கண்ணாடிக் கதவு வழியே நுழைந்து அவர் அந்தப் பாதையில் காணாமல் போக, நான் ஒரு சிறு புன்னகையுடன், பஷீர் அங்கிருந்து வலது புறம் திரும்பி, அப்பகுதியின் கடைக்கோடியில், வெளியே செல்லும் படிக்கட்டுக்கு அருகில் இருக்கும் அறை ஒன்றினுள் நுழைந்து "இதைக் கணக்கில் வைத்துக்கொள்" என்று வழக்கமாகச் சொல்லும் வாசகத்தைக்கூட சொல்ல முடியாதபடி, தொடர் தும்மலால் அவதிப்படும் முகம்மது அல் ஷாபிக்கிடம் அந்த டிஷ்யூ பெட்டியைக் குடுப்பதை கற்பனை செய்து பார்க்கிறேன்.

ஒவ்வொரு காலைப் பொழுதிலும் நான் முகமதுவிற்கு முகமன் கூறும்போதெல்லாம், என்னைப் பார்க்கும் அவர் கண்ணில் நீர் வழிந்தபடி, டிஷ்யூ காகிதத்தால் மூக்கை அழுந்த துடைத்தபடியேதான் இருப்பார். அப்படி இல்லாமல் அவரைக் காண்பது கடினம். நன்கு மழிக்கப்பட்ட அவரது முகம் இளஞ் சிவப்பு நிறத்தில் மின்ன, தும்மியபடியே "அல் ஹம்துலில்லாஹ்" என்பார். அது நான் அவரை நலம் விசாரித்ததற்கான பதிலா இல்லை, தும்மலுக்குப் பின்னால் இயல்பாகச் சொல்லப்படும் கடவுளுக்கான நன்றியா என்று இதுவரை எனக்குத் தெரியவில்லை. இந்த நிரந்தர ஒவ்வாமையால் அவதிப்படும் முகமதுவின் துன்பத்துடன் ஒப்பிடும்போது என்னுடைய எரிச்சல்கொண்ட குடல் நோய் குறி (irritable bowel syndrome) ஒரு நோயே அல்லவென்று தோன்றும். உண்மையில் இதைப் பெரிதாய் நினைத்து அலட்டிக்கொண்டதற்காய் என்னை நானே சபித்துக் கொள்ள வேண்டும். முகமதுவின் வாழ்க்கையிலும், அவருடைய இந்த வேலையிலும் காலை நேரமென்பது மொத்தமாகவே வீணாகிக்கொண்டிருக்கிறது. இந்தத் தும்மல் குறைந்து அவர் கொஞ்சமேனும் ஆசுவாசமடையும்போது அலுவலகத்தின் வேலை நேரம் கிட்டத்தட்ட முடிந்திருக்கும். முகமத் இந்த அலுவலகத்தில் சேர்ந்ததிலிருந்து டிஷ்யூ காகிதங்களுக்காய்ச் செலவிட்ட தொகையினைச் சேர்த்து வைத்திருந்தால், காலை நேரத்தில் ஓய்வெடுத்து மாலை நேரத்தில் வேலை செய்யும்படியான சிறிய அளவிலான சொந்தத் தொழிலொன்றை அவரால் ஆரம்பித்திருக்க முடியும்.

அடுத்ததாய்ச் சந்தேகத்திற்கிடமின்றி பஷீர் முகமதுவின் அறைக்கு எதிரில் இருக்கும் அறையின் கதவை இலேசாய்த்

தட்டிவிட்டு, உள்ளே நுழைகையில் முக்காட்டினைச் சரிசெய்துகொண்டிருக்கும் செல்வி.ஜைனப், கோபத்துடன் கைப்பையைத் துழாவி ஒரு ஐந்து திர்ஹாம் நோட்டை எடுத்து மேசை மீது எரிந்து கொண்டே,

"அறைக் கதவைத் தட்டிவிட்டு, அனுமதிக்கும் முன்னரே உள்ளே வந்தால், பிறகு எதற்கு அறைக்கதவைத் தட்ட வேண்டும். தேய்ந்த ரெக்கார்டினைப் போல இதைத் தினமும் உனக்குச் சொல்ல வேண்டியிருக்கிறது" என்று கண்டிக்க,

பஷீர் நிமிர்ந்து கூடப் பார்க்காமல் பணத்தை எடுத்துக் கொண்டு அதற்கும் தமக்கும் எந்தச் சம்மந்தமும் இல்லை என்பதுபோல் திரும்பி நடக்கத் தொடங்கிவிடுவார். இரண்டு வருடங்களுக்கு முன்பு வரை செல்வி. ஜைனப் மட்டும் தான், அங்கு வேலை செய்பவர்களிலேயே கனிவானவராயும் மென்மையானவராயும் இருந்தவர். அப்போது நடந்த ஒரு கோரமான விபத்தில் அவருடன் வருவதாக அடம்பிடித்து வந்திருந்த அவரின் தங்கை இறந்துவிட, அதிர்ஷ்டவசமாய் ஜைனப் மட்டும் உயிர்பிழைத்திருந்தார், அன்று முதல் இப்படித்தான் மிகவும் இறுக்கமாகவும் கடுமையானவராகவும் ஆகிவிட்டார். மேலும், அவர் தினமும் உபயோகிக்கும் வாய் புத்துணர்ச்சியூட்டிகளின் (Mouth Freshner) அளவு அதிகமானதுடன், அறைக்கு வரும் அனைவரிடத்திலும் அறையின் குளிரூட்டி பழுதடைந்திருப்பதாயும், அங்கு வேலை செய்யும் சிலரால், புகையாலும் சிகரெட் துண்டுகளாலும் அலுவலகமே ஒரு குப்பைத் தொட்டியாய் மாறியிருப்பதாயும் குறைசொல்லிக் கொண்டேயிருப்பார். இந்த விசயத்தைப் பொருத்தவரை அவர் கூறுவதும் சரிதான். ஏனெனில் அங்கு வீசும் புகையின் நெடியால் நானுமே பெரும்பாலும் அப்பகுதியின் வழியாகச் செல்வதை தவிர்த்துவிடுவேன். ஒரு சில நாட்களைத் தவிர எல்லா நாளிலும் அப்பகுதியில் அந்த நெடி இருக்கும், அது ஜைனப் அலுவலகத்திற்கு விடுமுறை எடுத்த நாளாயிருக்கும்.

அடுத்துச் செய்தித்தாளைக் கொடுப்பதற்கு, பஷீர் அந்தக் குறுகிய முன்னறையின் வழியாகச் சென்று, கடைசிக்கு முன்பாய் உள்ள அறையின் திறந்திருக்கும் கதவைத் தட்டி, நீலநிறப் பையினுள் சுருட்டி வைக்கப்பட்டிருக்கும் செய்தித்தாளை அமீனாவின் மேசையின் மீது வைத்துவிட்டு, அதன் ஓரத்தில் ஏற்கனவே வைக்கப்பட்டிருக்கும் இரண்டு திர்ஹாம்களை நயத்துடன் எடுத்துக்கொள்வார். பஷீர் அங்கிருந்து விலகிய நொடியே அமீனாவின் பதட்டமான விரல்கள் அங்கு அடுக்கி வைக்கப்பட்டிருக்கும் காகிதங்களில் இருந்து விலகி செய்தித்தாளைப் பற்றிக் கொள்ளும்.

அமீனா இரண்டு வருடங்களுக்கு முன்னால், இங்கு வேலை செய்யும் அவளது அத்தையின் சிபாரிசினால் இத்துறையில் சேர்ந்து, அவருடைய அலுவலக அறையையே பகிர்ந்தும் கொண்டிருக்கிறாள். ஆனால் இப்பொழுது வரை அவள் எப்படிப்பட்டவள் என்பதை என்னால் புரிந்து கொள்ளவே முடியவில்லை. எப்பொழுதெல்லாம் நான அவளது அத்தைக்கு முகமன் கூறுவதற்காய் அந்த அறைக்குள் நுழைகிறேனோ, அப்பொழுதெல்லாம் அவள் குழப்பத்துடன் கீழ் நோக்கி பார்வையைச் செலுத்திக்கொண்டு மேசையின் மேல் இருக்கும் எதையேனும் பதட்டத்துடன் உடைப்பதைப் போல் கையிலெடுக்க முயற்சிப்பாள். மேலும் நான் அவள் எப்படியிருக்கிறாள் என்று ஏதேனும் வினவினால் எவராலுமே புரிந்து கொள்ள முடியாதபடி எதையேனும் முணுமுணுப்பாள்.

ஒரு முறை நான் செய்தித்தாளைக் கடன் வாங்க அவர்கள் அறைக்குச் சென்றிருந்தபோது நடந்தது எனக்கு ஞாபகம் இருக்கிறது. அப்பொழுது அவளது அத்தை செய்தித்தாளை என்னிடம் கொடுத்துவிட்டுக் கூறினார்,

“இதை திருப்பிக் கொடுக்க வேண்டிய அவசியமில்லை. ஏனெனில் அமீனாவுக்கு இதில் வரும் தொலைக்காட்சி நிகழ்ச்சி அறிவிப்புகளைத் தவிர வேறு எதைக் குறித்தும் அக்கறையில்லை.”

என் அறையைத் தாண்டி, கண்ணாடிக் கதவைத் திறந்து கொண்டு வெளியேற நினைத்த பஷீரை அழைத்தேன். அவர் இரண்டு எட்டுகள் பின்னோக்கி வந்து தாடி படர்ந்த தன்னுடைய முகத்தைத் திருப்பி கேள்வியுடன் பார்த்தார்.

“ஒரு ஃபலாஃபில், பஷீர்”

பஷீர் போனவுடன், மீண்டும் என் மேசையின் மீது குவித்திருந்த காகிதங்களில் முகத்தைப் புதைத்துக் கொண்டேன். எனக்குத் தெரியும் கத்துகிற என் வயிற்றுக்கு எதையாவது கொடுத்தால் ஒழிய என்னால் எந்த வேலையும் செய்ய முடியாது. வழக்கம்போல் ஒவ்வொரு காலையிலும் உதிக்கும் அந்த எண்ணம் மீண்டும் மேலெழுந்து வந்தது,

“காலத்தை மட்டும் பின்னோக்கிச் செலுத்த முடிந்தால், நிச்சயம் என் மனம் கவர்ந்த என் காதலியை, மனைவியாக ஆக்கியிருக்கவே மாட்டேன்.”

காதலையும் திருமணத்தையும் பிரித்து வைக்கும் வித்தியாசங் களைப் புரிந்துகொள்ள எனக்கு இருபது வருடங்களுக்கும்

மேலாகியிருக்கிறது. நான் அலுவலகத்திற்குக் கிளம்புகையில் எல்லாம், தனது வசதியான படுக்கையில் சுருண்டு படுத்துக் கொண்டு, சோம்பேறித்தனத்துடன் கைகளை உயர்த்தி எனக்கு விடைகொடுப்பவளைப் பார்க்கும் போதெல்லாம், என் சிறு வயது தோழியான இவளுடன் சேர்ந்து ஒன்றாக ஒரே கூரையின் கீழ் வாழும் வாழ்க்கையை கற்பனை செய்து பார்த்து ஏங்கிய வருடங்களின் மீது காரி துப்புவதைத் தவிர வேறு எதையும் என்னால் செய்ய முடியாது. மறுபுறம் என் மனதில், என் உறவினர் ஒருவரின் நினைவு வருகிறது. தினமும் அலுவலகம் கிளம்பும்போது அவரின் மனைவி வாசல் வரை வந்து வழியனுப்பி வைப்பதுடன், அவருக்கு வேண்டியதைப் பார்த்து கவனித்தும் கொள்வார். அலுவலகத்திற்குக் கிளம்பும் காலை வேளையில், அவரது மனைவி அளித்த மூன்றாவது கோப்பைத் தேநீரை குடிக்க முடியாததற்காய் வருத்தத்துடன், இரு தோள்களுக்கிடையே புதைந்திருக்கும் தலையை ஆட்டியபடி அவளிடம் மன்னிப்புக் கேட்டுவிட்டு அலுவலகத்திற்குக் கிளம்பும் அவரின் குண்டு உருவத்தையும் நினைத்துக் கொள்கிறேன். என்னால் காலத்தே பின்னோக்கிப் போக முடிந்தால் நிச்சயம் என் மனைவியைத் தவிர வேறு எவரையும் நேசித்திருக்க மாட்டேன், ஆனால் என் அம்மாவைப் போன்ற ஒருவரைத் தான் திருமணம் செய்திருப்பேன்.

ஒல்லியான கரம் ஒன்று அறையின் மரக்கதவை தட்டும் ஓசையானது பகற்கனவிலிருந்து என்னை எழுப்ப, மெதுவாய்த் தலையை நிமிர்த்தி பார்வையை உயர்த்தினேன். நீலநிறப் பையொன்றின் அடியில் அசைந்தாடிக்கொண்டிருந்த ஃபலாஃபில் சாண்ட்விஜை எனை நோக்கி நீட்டிய அந்தக் கரம், பஷீரினுடையது.

எழுதியவர்: ஆயிஷா அல்காபி

*2012*ல் வெளிவந்த குர்பாத் அல்கியாஸ் "Ghurfat Al-Qiyas" (i.e. Measuring Room) என்னும் இவருடைய சிறுகதைத் தொகுப்பில் இடம்பெற்ற கதை

குறிப்பு: ஃபலாஃபில் (Falafel) - சைவம், அசைவம் என இரண்டு வகைகளிலும் கிடைக்கும் பருப்பு வடை போன்ற உருவத்தில் இருக்கும் அரேபிய வடை

9

முனைவர்

....

விமானம் பறக்கத் தொடங்கி கிட்டத்தட்ட ஒரு மணி நேரம் ஆகியிருக்கும். நூரா பெண்ணியம் சார்ந்த பத்திரிக்கை ஒன்றின் பக்கங்களைப் புரட்டிக் கொண்டிருந்தாள். அவளுக்குக் கொடுக்கப்பட்ட காஃபி ஆறிப்போயிருந்ததால் விமானப் பணிப்பெண் மற்றுமொரு கோப்பை காஃபியைக் கொண்டு வந்து வைத்தாள். நூரா தன்னுடைய கைப்பையைத் திறந்து ஒரு சிறிய குறிப்பு நோட்டை எடுத்து முன்பதிவு செய்யப்பட்ட விடுதியின் பெயரையும், கலந்து கொள்ளவிருக்கும் மாநாட்டின் கால அட்டவணையையும் சரிபார்த்து விட்டு சிறிது நேரம் கண்ணயரலாம் என்று கண்களை மூட, அருகில் அமர்ந்திருந்த பெண்ணிடமிருந்து வெளிப்பட்ட வாசனைத் திரவியத்தின் மனம் அவளின் நாசியைத் துளைத்தது. அப்பெண்ணும் அவளுடனிருந்த ஆணும் முணுப்பாய், தங்களுக்குள் ஏதோ பேசிக்கொண்டே வந்தனர். அவர் அப்பெண்ணின் கணவராக இருக்கக் கூடும். இருவருமாய்ச் சேர்ந்து ஒரு படத்தைப் பார்த்துக் கொண்டிருந்தனர், அவர் அப்பெண்ணின் தலைமுடியைக் கோதுவதும், முதுகை வருடுவதுமாய் இருந்தார்.

அவர்களிடமிருந்து பார்வையை விலக்கி விமானத்தின் ஜன்னலின் வழி பார்வையைப் படர விட்டவளின் கண்கள் வெளியே தெரிந்த கருமேகங்களில் இலயிக்க, நினைவுகள் துபாயில் கழிந்த குழந்தைப் பருவத்தை நோக்கிச் சென்றன. வெளிர்ந்திருந்த துபாயின் வானமும், கண்ணுக்கு எட்டிய தொலைவு வரை நீண்டிருந்த பேரீச்சை மரங்களும், நிலத்தில் நெடுந்தொலைவுக்கு நீண்டிருந்த அவற்றின் நிழல்களும், அவளின் தெருவைச் சேர்ந்த சிறுவர், சிறுமிகளின் முகங்களும் ஒரு கருப்பு வெள்ளைப் புகைப்படத்தைப் போல வந்து சென்றன. எப்பொழுதும் படுக்கை யறையில் ஊதுபத்திகளை ஏற்றி திருக்குர்ஆனை ஓதிக்கொண்டும்,

மந்திரங்களைச் செபித்துக்கொண்டும் இருக்கும் அவளின் தாய், அவளின் சகோதரர்கள் ஒவ்வொருவராய் வளர்ந்து திருமணம் முடிக்கும் போதெல்லாம், "முனைவர் பட்டம் பெறுவதைக் காட்டிலும் முக்கியம் திருமணம் செய்து கொள்வது மகளே" என்று திணறியபடியே கூறியது காலங்களைக் கடந்து காதில் ஒலித்தது.

நினைவுகள் அப்படியே பள்ளிக்காலத்தை நோக்கிச் செல்ல, படிப்பில் அவளுக்கிருந்த ஆர்வமும் குறிப்பாக வரலாறு, சமூகவியல் போன்ற பாடங்களில் அவள் வெளிப்படுத்திய அறிவுத்திறனும் ஞாபகத்தில் வந்து சென்றன. ஆண்கள் ஒவ்வொருவராய் வெளியேறிச் சென்றபின் வெறிச்சோடிய அவர்களின் அப்பெரிய வீட்டில், அவள் மட்டுமே தாய்க்குத் துணையாயிருப்பாள். பதினைந்து வருடங்களுக்கு முன் முதன்முதலாய் அவளைப் பெண் கேட்டு வந்திருந்தபோது அவ்வரனுக்குச் சம்மதம் சொல்லச் சொல்லி அவளின் தாய் கண்ணீருடன் மன்றாடியது இன்னமும் நினைவுகளில் தேங்கியிருக்கிறது. ஆனால் இன்று அவள் ஒரு முனைவர் பட்டம் பெற்றவள். அறிவியல் மற்றும் சமூகவியலில் மூழ்கிப்போன அவளின் நாட்கள், தொலைக்காட்சி நிகழ்ச்சிகளில் கலந்துகொள்வது, பல்கலைக்கழகங்களில் பாடம் எடுப்பது, உலகநாடுகளின் தலைநகரங்களில் நடைபெறும் மாநாடுகளில் பங்கேற்பதென்று பறந்துகொண்டிருக்கின்றன.

இளமையும், வசீகரமும் குன்றாத அவளின் தோல் ஆலிவ் நிறத்தில் அத்தனை மென்மையாய் இருக்கிறது, அவளின் அழகிய கரிய பெரிய கண்கள் உயிரோட்டத்துடன் ஒளிவீசிக்கொண்டிருக் கின்றன. எப்பொழுதேகினும் சில மாலைப்பொழுதுகளில் தனிமை அவளை வாட்டினாலும், அதைத் தன் தாயிடமிருந்து மறைத்து வந்ததுடன், தனக்கு எது மகிழ்ச்சியைத் தருமோ, எது உகந்ததோ அதையே தான் தேர்ந்தெடுத்திருப்பதாகத் தன்னைத்தானே தேற்றியும் கொண்டாள்.

மனக்குறைகளற்ற, உடல்நலத்துடன் கூடிய நல்லதொரு வசதியான, அர்த்தம் நிறைந்த வாழ்க்கையை வாழ்ந்து வந்தாலும், காலம் செல்லச்செல்ல வறட்சியை உணரத் தொடங்கினாள். அவளின் பயணங்களிலும், விரிவுரை நிகழ்ச்சிகளிலும் பல கண்ணியமான ஆண்களைச் சந்திக்கும் வாய்ப்பு அமைந்தாலும், அவர்களின் கண்களுக்கு அவள் ஒரு கண்ணியமிக்க, ஆளுமை மிகுந்த, மரியாதைக்குரிய பெண்ணாக மட்டுமே வெளிப்பட்டிருக் கிறாள்.

அருகில் அமர்ந்திருந்த பெண்ணிடமிருந்து வெளிப்பட்ட வாசனை அவளின் நினைவுகளில் ஊடறுத்துச் செல்ல, விமானப் பணிப்பெண்ணின் மதிய உணவுக்கான அழைப்பும் சேர்ந்து அவளை நினைவுலகத்திற்குக் கொண்டு வந்தது. இருப்பினும் வெளியே தெரியும் கருமேகங்கள் அவளை மேலும் மேலும் பழைய நினைவுகளுக்குள்ளேயே மூழ்கச் செய்தன, அங்கே திடீரென மேகங்களில் டாக்டர். ஒபைதின் முகத்தைக் கண்டாள். ஒரு காலத்தில் அவள் அவனைக் காதலித்திருந்தாள். அவளின் மனம் அவனுக்காக ஏங்கியது. ஆனால் ஒரு நாள் அவன் திடீரென பள்ளிப் படிப்பைக் கூட முடிக்காத பெண்ணொருத்தியைத் திருமணம் செய்து, அவளின் மனதில் ஆறாத காயத்தை விட்டுச் சென்றுவிட்டான். அவனின் கடைசி வார்த்தைகள் அவளுக்கு இன்னமும் நினைவிருக்கிறது, "நீ ஒரு ஆளுமை மிக்கவள்..." இந்த வார்த்தைகளை நினைக்கும் போதெல்லாம் மின்சாரம் புகுந்ததுபோல் அவளின் உடல் சிலிர்க்கும்.

"காலத்தைப் பின்னோக்கிச் செலுத்த முடியுமா..." ரோம் விமானநிலையத்தில் இறங்குவதற்கு முன் அவள் தனக்குத்தானே முணுமுணுத்துக் கொண்ட வார்த்தைகள் இவை... அவளின் பெயர் தாங்கிய பலகையைப் பிடித்துக்கொண்டு நிற்பவரைக் கண்டதும் சிறு புன்னகையுடன் அவரை நோக்கிச் சென்றவள், வணிகர்கள் பயன்படுத்துவதைப் போன்ற ஒரு சிறிய சூட்கேஸை எடுத்துக் கொண்டு அவளுக்காய்க் காத்திருந்த காரில் சென்று அமர்ந்தாள்.

எழுதியவர் : Dr. யூசுஃப் அல் ஹசன்

*2008*ம் ஆண்டில் வெளிவந்த இவரது லிடிதரிலா அல்பஹர் "I'ititharila Al-Bahr" (i.e. An Apology to the Sea) என்னும் சிறுகதைத் தொகுப்பில் இடம்பெற்ற கதை

10
களிமண்

....

(ஆரஞ்சுப் பழத்தின் இரு பகுதிகளைப் போல் இருக்கும் பாலஸ்தீனியத்தின் மஹ்மூத் தர்விஷ் (1941-2008) மற்றும் சமிஹ் அல்காசிம் (1939-2014) இருவருக்கும்)

ஒவ்வொரு இரவின் நடுவிலும் அவர் தனது பேரக்குழந்தைகளான சாபர், லைலா, ஒசாமா மற்றும் ஹயத் ஆகிய நால்வருக்கும் அல்ஃபதீஹாவைப் படித்துக் காண்பிப்பார். பின்பு அவர்களுடைய தலையைக் கோதிவிட்டு அவருக்குத் தெரிந்த கதைகளைச் சொல்லத் தொடங்குவார். அவருடைய ஒவ்வொரு இரண்டு கதைகளுக்கும் இடையில் "முட்டைகள் குஞ்சு பொறிக்கும், பறவைகள் அவற்றின் அலகில் அல்பகாராவின் (சுரா (1)), 154-வது வசனத்தைச் சுமந்தபடி வானத்தில் செந்நிறத்தைத் தெளித்துக்கொண்டே பறக்கும்.

ஒருநாள் இரவு முஷ்டாக், தனது மனதின் அடி ஆழத்தில் சோகத்துடன் புதைந்திருந்த, உள்ளங்கை அளவிலான, கற்களாலும், களிமண்ணாலும் நிரம்பிய, மிகச்சிறிய மூட்டை ஒன்றைக் குறித்து பேச ஆரம்பித்தார். "அல்லாவின் பெயரால் சொல்கிறேன், கொடிய சபிக்கப்பட்ட சாத்தானிடமிருந்து விலகி நான் அல்லாவிடம் பாதுகாப்புத் தேடுகிறேன்" என்றுவிட்டு அல்ஃபதீஹாவைப் படிக்கத் தொடங்கினார். பின்பு தனது பேரக்குழந்தைகளின் தலையைத் தடவிக் கொடுத்தவர், "என் அப்பாவிடமிருந்து, என் பாட்டனிடமிருந்து, அவரது பாட்டனிடமிருந்து, எங்கள் முப்பாட்டனிடமிருந்து நான் பெற்று வந்த பையானது இப்படியானதாக இல்லை. பல நூற்றாண்டுகளுக்கு முன் எரிந்த நெருப்பிலிருந்து வழிந்து ஓடி வந்ததைப் போல செந்நிறமாயும், முதிர்ந்த பெண்ணின் தலையிலிருந்து பன்றியின் வாலைப் போல் வெளிப்படும் பின்னலைப் போன்று கருமை நிறத்தில் இருந்த

ஆங்கிலத்தில்: ஷிஹாப் கானம் – தமிழில்: பிரியா ✳ 51

அதன் கழிமுகம் இருபத்து நான்கு திசைகளிலும் வெளிப்படுவதாய் இருந்தது. மேலும் அன்று பிறந்த குழந்தையின் மனதைப் போல வெண்மையாயும், பழம்பெருமையுடன், பெண்மையின் உச்சத்திலிருக்கும் ஒரு ஆப்பிளைப் போல் பச்சை நிறமாயும் இருந்தது.

"நாங்கள் அதைப் பார்க்க முடியுமா?" ஒசாமா இடைமறித்தான்.

"உங்கள் கண்ணில் படாமல் அது எங்கே ஒளிந்துகொண்டது பெரியவரே" ஹயாத் விளையாட்டுத்தனமாய்க் கேட்டான்.

நாங்கள் அதைவிட்டு விலகியதுமில்லை, மறுதலித்ததுமில்லை, தாத்தா ஆவேசத்துடன் கூறினார். நான் அதைப் பாதுகாத்தேன் அது என் மீது அன்பை பொழிந்தது. நான் அதை மிகவும் நேசித்தேன், எங்களுக்குள்ளான அந்தச் சிறிய உறவு வளரத் தொடங்கியது. எங்களைச் சுற்றிலும் அழகான விசயங்கள் பூக்கத் தொடங்கின: கண்ணாடி, வழிப்போக்கர்களின் முகங்கள், பயணிகளின் சோர்வு, குழந்தைப் பருவ நண்பர்கள், வாழ்க்கை சகாக்கள், தண்ணீர்க் காவலர்கள், தொட்டிச் செடிகள், மூளையின் அலைகள், பகலின் செயல்பாடுகள், இரவின் நட்சத்திரங்கள், உறங்கும் விருந்தினர்கள், பகல் பார்வையாளர்கள், தோட்டத்துப் பறவைகள்... வௌவால்கள் கூட வீணாக்க விரும்பாமல், அவற்றிற்கென வரையறுக்கப்பட்ட பங்கைக் கொண்டிருந்தன. மேலும் அந்தப் பை மனிதர்களைப் பொறாமை கொள்ளச் செய்யும் அளவிற்கு நற்பெயரை உருவாக்கும் வரை, நிறைய அழகிய விஷயங்களையும், நேர்மையான கனவுகளையும் கொண்டிருந்தோம்.

அவர் தொடர்ந்து சொல்லிக்கொண்டே சென்றார்,

ஒருநாள், சூரியன் தன்னுடைய கதிர்களைச் சுருட்டிக் கொண்டும், சந்திரன் குளிர் நடுக்கத்துடன் கூடிய, நம்மை நோக்கி அமைக்கப்பட்ட சாலைகளில் பயணத்தைத் தொடங்கவும் காத்திருந்தபோது ஒருவர் வந்தார்,

"கதவிற்கு அந்தப் பக்கம் யார்? யார் அது?

"கதவைத் திறங்கள். அல்லா உங்களைப் பாதுகாக்கட்டும். நான் உதவிகோரி வந்திருக்கும் ஒரு விருந்தாளி"

"ஓ உதவியா"... "அல்லாவின் அடியாளரை வரவேற்கிறேன்" என்றார் கதவைத் திறந்தவாரே.

அவர் வீட்டினுள் நுழைந்தார். மூலைமுடுக்கு, கண்ணாடி, படங்கள், தொங்கிக்கொண்டிருந்த விளக்குகள், புத்தக அலமாரியில் அடுக்கப்பட்டிருந்த வரலாற்றுப் புத்தகங்கள் என்று அனைத்தின் மீதும் பார்வையைப் படரவிட்டார். அவர் தன்னுடைய கருப்பு நிறக் காலணி, கருப்பு நிறத் தொப்பி, கருப்பு நிற நீள அங்கி என அனைத்தையும் கழற்றி வைத்தார். அதன் பின்பு இருவரும் ஒன்றாக அமர்ந்து, உணவிற்கு முன்பான துவாவை ஓதிவிட்டு, ரொட்டியைப் பகிர்ந்து சாப்பிட ஆரம்பித்தோம். அதன் பின்பு இருவருமாய்ப் பேச ஆரம்பித்தோம்.

ஒருமணி நேரம், இரண்டு மணி நேரம், மூன்று மணி நேரம்.... விருந்தோம்பல் அந்த இடத்தை தன் வசப்படுத்திக் கொண்டது: மூன்று இரவுகள், மூன்று நாட்கள், மூன்று வாரங்கள், மூன்று மாதங்கள், மூன்று வருடங்கள், மூன்று தசாப்தங்கள், நாங்கு, ஐந்து, ஆறு, ஏழு, எட்டென்று நீண்டுகொண்டே சென்றது, நிமிர் தன்னுடைய அங்கியின் கையை மடித்து விட்டுக்கொண்டு அந்தப் பையை என்னிடம் இருந்து விலை கொடுத்தோ அல்லது வாடகைக்கோ வாங்குவதற்கான முயற்சியைத் தொடர்ந்து கொண்டே இருந்தார். ஆனால், அவை தோல்வியை மட்டுமே தழுவிக்கொண்டிருந்தபோது சடாரென, என் காலடியிலிருந்த விரிப்பு உருவப்பட்டு, அந்தப் பையும், அதனுள்ளிருந்த களிமண்ணும் என்னிடமிருந்து களவாடப்பட்டன. பதிலாக ஒரு ஃபில்ஸ் (ஒரு பைசா என்று கொள்ளலாம், அமீரக நாணயத்தின் பெயர்) நாணயமும், உள்ளங்கை அளவிலான பை ஒன்றும் என் மீது வீசப்பட்டது. நான் அதை என் கண்ணீரை துடைக்கவும், தோல்வி தந்த காயத்திலிருந்து என்னைப் பாதுகாத்துக் கொள்ளவும் பயன்படுத்திக்கொண்டேன். மேலும், அதுமுதல் என்னுடைய தொழுகை நேரமும், அல்ஃபதீஹாவை ஓதும் நேரமும் அதிகரித்தது.

லைலா வெளியே செல்வதற்காய் எழுந்து நின்றாள்.
"சாலையில் கவனமாக இரு" என்றார்.
"ஒருகணம் நான் திரும்பி வந்துவிடுவேன்" என்று பதிலளித்தாள்.

அவர் தன்னுடைய மனதை அவளுடனும், இரு பார்வைகளையும் அவள் பின்னும் அனுப்பினார். ஒன்று அவளைப் பாதுகாக்க மற்றொன்று அவளின் வருகைக்காகக் காத்திருக்க.

சிறிது நேரம் கழித்துத் திரும்பியவள், ஒரு காலியான வாளியைக் கொண்டுவந்து ஏக்கத்துடன் காத்திருந்த அவள் தாத்தாவின் பாதங்களுக்கிடையே வைத்தாள்.

அதை ஆழ்ந்து கவனித்தவர், தன் மனதிலிருந்த பாரம் நீங்கும் வரை அடி ஆழத்தில் தேக்கிவைத்திருந்த அனைத்தும் அந்தப் பை, ஒரு பில் நாணயம் என்று அனைத்தும் கரையும் வரை அழுது தீர்த்தார்.

சாபர் அமைதியாக இருக்க, லைலா புன்னகைக்க, ஒசாமா உறைந்து போக, ஹயத் மெதுவாய் முணுமுணுத்தான் "இந்தச் சூரியன் எப்பொழுது உதிக்கும்"

❃•❃•❃

முஷ்டாக் அந்த பையைக் கையிலெடுத்து அதனுள்ளிருந்த களிமண்ணையும், ஒரு ஃபில்ஸ் நாணயத்தையும் மற்றும் கற்களையும் வெளியே எடுத்தார்.

களிமண்ணை பரப்பி அதன் மேல் அந்த நாணயத்தை வைத்து சுற்றிலும் கற்களால் வேலி அமைத்தார். பின்னர் தன் பேரப்பிள்ளைகள் நால்வரின் பெயரின் முதல் எழுத்தையும் எடுத்து "அல்லாஹூ அக்பர்" என்று உச்சரித்தார்.

சபீரைத் தொடர்ந்து மற்ற மூவரும் எழுந்து சுரா அலிபிலைப் படித்துவிட்டு, கையில் கவணை எடுத்துக் கொண்டு வெளியேறத் தயாராயினர். வெளியேறிச் செல்லும் போது அவர்கள் தாத்தாவின் மனதையும், அவர்களைக் காப்பதற்காய், அவர்களின் மீதான அவரின் தனித்த பார்வையையும் தங்களுடன் எடுத்துச் சென்றனர்.

❃•❃•❃

சிறிதநேரத்திற்குப் பின், தாத்தா வீட்டு வாசலில் அமர்ந்திருந்தபோது ஒரு வெள்ளைப் புறா அவரிடத்தில் வந்தது. அதன் இறகுகளுக்கிடையே ஒரு பெரிய பயணப்பையும், அலகில் ஒரு கடிதமும் இருந்தது.

அக்கடிதத்தைப் படித்தவரின் முகத்தில் புன்னகை அரும்ப, அவரது உதடுகள் பின்வருவனவற்றைத் தொடர்ந்து உச்சரித்தன,

எல்லா புகழும் இறைவனுக்கே....
எல்லா புகழும் இறைவனுக்கே....
எல்லா புகழும் இறைவனுக்கே...

எழுதியவர் : அப்துல்லா அல்சபாப்

2011ல் வெளிவந்த இவரின் "ஜனசத் ஹப் வாஷிய உக்ரா" என்னும் சிறுகதைத் தொகுப்பில் இடம்பெற்ற கதை.

குறிப்பு:

சுரா : குரானின் ஒரு அத்தியாயம்

ஃபில்ஸ் அமீரக நாணயமான திர்ஹாமில் நூற்றில் ஒரு பங்கு (இந்தியாவின் ஒரு பைசா போல)

*இதில் இடம்பெற்றுள்ள சுராக்களில் தொடர்புடைய கதைகளின் அடிப்படையில் படைக்கப்பட்ட ஒரு புனைவுதான் இச்சிறுகதை

11
உள்ளங்கை

....

சிறு சிறு மலைகள் போல் பரவிக்கிடக்கும் மணல் மேடுகளை இந்த ஜீப் எப்படித்தான் கடந்து வந்ததோ தெரியவில்லை. அடுத்தடுத்து வரும் கடல் அலைகளைப் போல சில இடங்களில் அவை மேலே மேலே உயர்ந்து செல்கின்றன, சில இடங்களில் செங்குத்தாய் கீழே இறங்கி, தமாம் என்று அழைக்கப்படும் சிறு புதர்கள் வளரும் ஆழமான சமவெளிகளில் சென்று சேர்கின்றன. பதூவிகள் எனப்படும் பாலைவனப் பழங்குடியினரால் ஹார் என்று அழைக்கப்படும் அப்புதர்களில் வளரும் தாவரங்களை மேய்வதைத்தான் ஒட்டகங்கள் விரும்பும்.

பாலைவனத்தின் சூழல் மாறி மணற்புயல் வீசும் போதெல்லாம் பதூவிகள் ஒட்டகங்களை மண்டியிட்டு உட்காரச் செய்துவிட்டு ஒன்றுடன் ஒன்று பிணைந்து கிடக்கும் மரங்களின் அடியில் மறைந்து கொள்கின்றனர். சுற்றிலுமிருந்து மணல் விசிறியடித்தாலும், ஒரு சொர்க்கம்போல் அமைந்து அம்மரம் பாதுகாப்பைக் கொடுப்பதுடன், தீயை மூட்டி அவர்களுக்கு மிகவும் பிரியமான கசப்பு நிறைந்த அரேபிய காஃபியைத் தயாரிக்கவும் உதவும்.

மேலும் உசமா என்று அழைக்கப்படும், பதூவிகள் தலையைச் சுற்றிக் கட்டியுள்ள தலைப்பாகையில் வைக்கப்பட்டுள்ள மிட்வாக் எனப்படும் புகைபிடிக்கும் குழாயைப் பயன்படுத்தி புகைக்கவும் உதவும். மணல் புயல் குறையும் வரை அங்கிருந்துவிட்டு, பின் தங்களது பயணத்தைத் தொடருவர். இவ்விடத்தில் வாழும் சிறு சிறு உயிரினங்களுக்கும் கூட பாலையின் தன்மைக்கேற்ப தங்களைத் தகவமைத்துக் கொள்வதைக் குறித்துத் தெரியும்.

கடலோரப் பகுதிக்கும், பாலைவனத்தின் இதயத்திற்குமான தொலைவு மிகவும் அதிகம். நாங்கள் ஜீப்பில் ஏறி அமர்ந்ததும்,

அது ஒரு வயதான சிங்கத்தைப் போல கர்ஜித்து சீரான வேகத்தில் தன்னுடைய பயணத்தைத் தொடங்கியது.

நகரத்தின் தெருக்களும், வழிகளும் நமக்கு எப்படி அத்துப் படியோ, அப்படித்தான் இந்தப் பதூவி ஓட்டுனருக்குப் பாலைவனத்தின் தடங்களும் அத்துப்படி. பாலைவனத்தின் இதயத்தை அவர்கள் கஃபர் என்று அழைக்கின்றனர். நான்குத் திசைகளிலும் மணலால் நிறைந்து நீண்டு கிடக்கும் பாலையில் அதுவும் ஒரு பகுதி அவ்வளவுதான். சில காஃப் மரங்களையும், பழமையான கிணற்றையும் கொண்டிருக்கும் ஒரு மணல் குன்று. அதுவும் இப்பொழுதெல்லாம், அங்கிருக்கும் அந்த வயதான பெண்மணி சலாமாவிற்கும், அவளுடைய ஒட்டகங்கள் மற்றும் ஆடுகளுக்கும் இந்த ஜீப் வெளியிலிருந்து நான்கு நாட்களுக்கு ஒரு முறை தண்ணீரைக் கொண்டு வருவதால், அந்தக் கிணறு முற்றிலும் முக்கியத்துவமிழந்து கிடக்கிறது.

அங்கிருந்துச் சற்றுத் தொலைவில், பின்னப்பட்ட ஒட்டக முடியைக் கொண்டு உருவாக்கப்பட்ட வீடுகளும், டென்ட்டுகளும் ஆங்காங்கே சிதறிக் கிடக்கும் குடியிருப்புப் பகுதியொன்றை பதூவிகள் ஃபரீஜ் என்று அழைக்கின்றனர். அந்த வீடுகளெல்லாம் எப்பொழுதும் அமைதியில் உறங்கிக் கொண்டிருக்கும். ஒட்டகங் களின் முணகலையும், வெள்ளாடுகள் மற்றும் செம்மறி ஆடுகளின் சத்தத்தையும் தவிர வேறு எதுவும் அப்பகுதியின் அமைதியைக் குலைப்பதில்லை.

பாலைவனத்தின் மாலை வேளைகள் மூச்சைப் பிடித்து நிறுத்தியதைப் போல பிரமிக்க வைக்கும் அமைதியுடன் இருக்கும். அங்குள்ள மரங்களில் இருக்கும் சிறிய பூச்சிகள் எழுப்பும் விசித்திர மான விசில் சத்தத்தையும்,நாய்களின் குரைப்பொலியையும் தாண்டி வேறு எதுவுமே கேட்காது.

பல வருடங்களுக்கு முன் என்னுடைய இளமைப் பருவத்தில், பாலைவனத்தின் இதயமான கஃபரில் இருக்கும் சலாமாவைப் பார்க்க வருவது அப்படியொன்றும் பெரிய விஷயமாய் இருக்க வில்லை. சலாமா கடற்கரையின் அருகில் வந்து வசிக்க மறுத்து விட்டார். அவரைப் பொறுத்த வரை கடல் என்பது நம்பிக்கைக்கு அப்பாற்பட்ட, மனிதர்களை விழுங்கக்கூடிய ஒரு பெரிய பூதம்.

வாழ்நாள் முழுவதும் பாலைவனத்தில் வாழ்ந்த ஒருவரால், அதைக் காற்றிடமும், புயலிடமும் விட்டுவிட்டு வருவதென்பது முடியாத காரியம். அப்படி விட்டுவிட்டு வந்தால் ஹலால்

எனப்படும் பண்ணை விலங்குகளையும், ஹூஷ், பூஷ் எனப்படும் ஆடு மற்றும் ஒட்டகங்களையும் யார் பார்த்துக் கொள்வார்கள்? பண்ணை விலங்குகளை வைத்திருப்பவர்களுக்கு இது ஒரு தீர்க்க முடியாத விஷயம். இந்தப் பொக்கிசத்தை அதன் மேய்ப்பர்களை நம்பி பாலைவனத்தில் விடுவதென்பது இயலாத காரியம். அதனால்தான் இப்பொழுதெல்லம் அடிக்கடி இங்கிருக்கும் குடும்பங்களைச் சந்திப்பதென்பது மிகவும் பெரிய விசயமாயிருக்கிறது.

மணற்குன்றுகளின் நடுவிலிருக்கும் பரந்துபட்ட சமதளப் பரப்பின் பெயர்தான் அல்சீஹ். இந்நிலங்கள் பாலைவன நிலப்பரப் பிலிருந்தும், தட்டையான மணற்பரப்பிலிருந்தும் மாறுபட்டு, காற்று, புயல் மற்றும் மழையால் தீட்டப்பட்ட ஒரு ஓவியம் போலிருக்கும். சில பாலைவன வடிவங்கள் நேர்த்தியாக வடிவமைக் கப்பட்ட கலைப்படைப்புகள் போலிருக்கும். பாலைவனத்தில் ஒரு குதிரை பாய்ந்து செல்வது போல, மனிதத் தலையொன்று பாறைக்குன்றின் மீதமர்ந்து பாலைவனத்தைக் காவல் காப்பது போல, அல்லது ஒரு பெரிய காளானைப் போலவும் விதவிதமாய்த் தோற்றமளிக்கும். மேலும் அச் சமதளப் பரப்பில் நிறைய வகைவகையான மரங்கள் பல்வேறு வண்ணங்களில் வடிவங்களில் வளர்ந்து அழகழகாய்க் காட்சியளிக்கும்.

அவற்றில் பார்ப்பதற்கு மிகவும் அழகாகவும், அற்புதமாகவும் இருப்பது வெவ்வேறு வடிவங்களிலும், வண்ணங்களிலும் இருக்கும் அல்ஹார்ம் மரங்களதான. அவற்றில் சில செர்ரிகளை போலவோ அல்லது இந்திய திராட்சைகளைப் போலவோ அல்லது வண்ணம் பூசப்பட்ட பாசிமணிகளைப் போலவோ இருக்கும். இருப்பினும் பாலைவனத்தில் வளரக்கூடிய அத்தனைத் தாவரங்களிலும் மிகவும் அழகானது, மழைக்காலத்திற்குப் பின் சிறிய பாலைவன மலர்கள் மலரக்கூடிய அல்கொஸாமா செடிதான்.

சூழலியலின் முரண்பாடுகளை ஒன்றிணைக்கும் ஒரு அற்புதமான விஷயம் பாலைவனம், குளிர் காலங்களில் வெளிப்படும் அதன் அழகும், பசுமையும் கண்கொள்ளாதது. அது இரவுகளில் அதீத குளிராகவும், சூரிய உதயத்தின் பின் வெப்பமாகவும் இருக்கும்

அமைதியாய் இருக்கும்போது அடக்கமான, ஈர்க்கக்கூடிய ஒன்றாய் இருக்கும் பாலைவனம், மணலையும், தூசியையும் சுமந்து வரும் புயல் காலங்களில் அச்சமூட்டக்கூடியதாயும், சீற்றம் கொண்டதாயும் இருக்கும். எந்த அளவுக்கு என்றால், நடந்து செல்லக்கூடிய ஒருவர், தான் செல்ல நினைத்த இடத்துக்கு

செல்லவே முடியாதபடிக்கு தடுக்கக்கூடியதாய். பாலைவனம் கண்ணியம், பெருமை, வீரம் மற்றும் சுயமரியாதையின் இருப்பிடம். அது போலவே கொள்ளையர்களுக்கும், திருடர்களுக்கும் மற்றும் இதன் பாரம்பரியம் மற்றும் மதிப்பினை உடைத்தெறிந்து சட்டவிரோத நடவடிக்கைகளில் ஈடுபடும் நபர்களுக்கும் புகலிடமாயிருந்தது.

நகரங்களின் சட்டங்கள் மற்றும் மனித நாகரீகத்தின் வளர்ச்சியால் கிராமங்கள் வளர்ந்து சட்டதிட்டங்கள் ஒழுங்கமைக்கப்பட்டு முழுமையாய்ச் செயல்படுத்தப்படும் வரையிலும், நகரங்களும் பாலைவனச் சோலைகளும் பசுமை மிகுந்த மாநகரங்களாய் மாறி, மக்கள் அனைவரும் ஒரு நிலைத்தன்மையை அடைந்து, வேலையிலும், உற்பத்தியிலும் தங்களுடைய கவனத்தைச் செலுத்தும் வரையில் பாலைவன நிலம் இந்த வேறுபாடுகளையெல்லாம் சந்தித்திருந்தது.

நாங்கள் பயணித்த ஜீப், மலைக்குகை ஒன்றின் நுழைவாயில் அருகே நின்றது. அங்கே சில உயிரினங்கள் தலையை மேல் நோக்கி நீட்டியவாறு கைகளை ஊன்றி நின்று காற்றை சுவாசித்துக் கொண்டிருந்ததை பதூவி எங்களுக்குக் காட்டினார். “மனிதர்கள் தண்ணீர் குடிப்பதைப் போல அவை காற்றைக் குடித்துக் கொண்டிருக்கின்றன. அதோ அந்தக் குகையின் அடியில் ஒரு பொந்து தெரிகிறதே அதுதான் அதன் வசிப்பிடம். இப்போது உங்களில் யாராவது இறங்கிச் சென்று, ஒன்று அந்தப் பொந்தின் நுழைவாயிலை மூட வேண்டும் அல்லது செடிகொடிகளால் அதை அடைக்க வேண்டும்” என்றார்.

அவர் கூறியது போலவே ஜீப்பில் இருந்து ஒருவர் இறங்கிச் சென்றார். ஆனால் கைகளை ஊன்றி, தலையைத் தூக்கி காற்றைக் குடித்துக் கொண்டிருந்த அந்த உயிரினம் சடாரென்று பதூவியின் எண்ணத்தை அறிந்து கொண்டது. பாலைவனம் அதற்கு எப்பொழுதும் எச்சரிக்கையாய் இருப்பதைக் கற்றுக் கொடுத்திருக்க வேண்டும். அப்பொந்தின் நுழைவாயிலை அவர் அடையும் முன், அம்பினைப் போல பாய்ந்து சென்றது. அதனுள் சென்று நுழையும் வரை அதன் கால்கள் கிளப்பிய புழுதியைத் தவிர வேறொன்றையும் எங்களால் காண முடியவில்லை.

துரத்திச் சென்றவரால் ஏன் வேகமாகச் செல்லமுடியவில்லை யென்று எரிச்சலுற்ற பதூவி சில கெட்ட வார்த்தைகளை உதிர்த்தார். பொந்துக்குள் சென்று மறைந்து கொண்ட உயிரினத்தை வெளியே எடுக்க வேண்டுமென்ற கூறியவர், அது எப்படிப்பட்ட பாறை

இடுக்கில் சென்று ஒழிந்தாலும் அதனால் தன்னிடமிருந்து தப்பிக்க முடியாதென்றார். எங்கு வேண்டுமானாலும் ஓடி விடலாம், ஆனால் பதூவிகள் அவற்றைப் பிடித்து அதன் கண்களைக் கருப்புத் துணியால் கட்டித் தூக்கி வராமல் விடுவதில்லை.

காரின் டிக்கியிலிருந்து ஒரு இரும்பு நெம்புகோலை எடுத்துக் கொண்டு, தப்பி ஓடிய உயிரினத்தின் பொந்துக்கருகே அவர் செல்ல, அனைவரும் இறங்கி அவரின் பின்னால் சென்றோம். பதூவி அப்பொந்தின் தலைப்பகுதியில் இருந்து அதை இடித்து உடைக்க ஆரம்பிக்க, நாங்கள் அதைச் சுற்றியுள்ள உடைந்த கற்களையும், மணலையும் அப்புறப்படுத்த ஆரம்பித்தோம். அதிக நேரம் சென்றிருக்காது, பொந்துக்குள் கையை விட்டு "நான் அதைப் பிடித்து விட்டேன்" என்று பதூவி கூக்குரலிட்டார்.

அதன் வாலைப் பிடித்து வெறித்தனமாய் வெளியே இழுத்தவர், தலை வெளியே வந்ததும் சட்டென அதன் கழுத்தை பிடித்து "ஒரு துணியை எடுத்து வா" என்று கத்தினார். பின்னர் அதன் தலையை நன்றாகச் சுற்றி முகமூடியைப் போல் இறுக்கிக் கட்டி, ஜீப்பின் டிக்கியில் போட்டுவிட்டார். அங்கிருந்தவற்றில் மொத்தம் நான்கை இதே போல் பிடித்தார்.

தலை கட்டப்பட்ட கைதிகளை ஏற்றிச் சென்ற எங்கள் வாகனம் பாலைவனத்தைக் கிழித்துக் கொண்டு செல்ல, பதூவி தக்ரூதா என்று அழைக்கப்படும் அவர்களின் நீண்ட பாடலொன்றைப் பாடிக்கொண்டு, ஜீப்பில் ஒலித்துக்கொண்டிருந்த பாடலின் ஒலியை அதிகப்படுத்தினார். அதில் ஒலித்த பாலைவனப் பாடலொன்றை பாடகருடன் சேர்ந்து அனைவரும் பாடினோம்:

"அஹிபல் பார் வால்மாஸ்யூன், அஹிபல் அர்த் வாலாவ்தான்"... (நான் இந்த பாலைவனத்தையும் அந்த அழகிய பெண்ணையும் நேசிக்கிறேன், நான் இந்த நாட்டையும், என் சொந்த நிலத்தையும் நேசிக்கிறேன்) ..... என்று செல்லும் அந்தப் பாடல்.

பதூவிகள் எங்களை மகிழ்ச்சியுடன் அரவணைத்து வரவேற்றனர். பெரிய நெருப்பை உருவாக்கி அதன் மீது பானைகளை வைத்து, நாங்கள் பிடித்துச் சென்ற கைதிகளை சிறு சிறு துண்டுகளாக நறுக்கி அதில் போட்டனர். சிறிது நேரம் சென்றபின் "இரவு உணவு தயார்" என்று அறிவித்தனர். ஒரு பெரிய தட்டில் சோறு நிறைத்து வைக்கப்பட்டிருக்க அனைவரும் அதைச் சுற்றி வட்டமாய் அமர்ந்தோம்.

அவர்கள் இறைச்சியை சுவைத்துக் கொண்டிருந்தனர். நானோ சோற்றுக் குவியலின் மேலே தாப் எனப்படும் முள் நிறைந்த வாலினைக் கொண்ட பாலைவனப் பல்லி ஒன்றின் உள்ளங்கை ஒட்டிக் கொண்டிருப்பதைக் கண்டேன்.

எழுதியவர் : இப்ராஹிம் முபாரக்

*2005*ம் ஆண்டில் வெளிவந்த இவரின் தஜர்தார் அல் லைல் 'DhajarTaer Al Lail' (i.e. The Boredom of the Night Bird) என்னும் சிறுகதைத் தொகுப்பில் இடம்பெற்ற கதை

குறிப்பு: அல் கொஸாமா லேவண்டர் மரம் தக்ருதா பதூவிகளின் கவிதை வடிவப் பாடல்

12

கடிதம்

....

அக்கடிதம் வருவதற்காக அவள் ஆவலுடன் காத்திருந்தாள். அதன்மீது அவள் நம்பிக்கையையும், கனவுகளையும் வளர்த்திருந்தாள். அது அவள் இதயத்தில் ஒரு தீப்பொறியை ஏற்றியது. காத்திருத்தல் அவளைக் கொன்றது. நொடிகள் அவளுக்குப் பாரமாயின. அவள் கடிகாரத்தைப் பார்த்துப் பார்த்து சோர்ந்திருந்த வேளையில், அத்தொலைபேசி அழைப்பு, கடிதம் வந்திருக்கிறதென்ற சந்தோசச் செய்தியைச் சுமந்து வந்தது. அவளால் ஆவலைக் கட்டுப்படுத்தவே முடியவில்லை. வேகமாக காரை நோக்கி ஓடினாள். சாலைகள் மிக நீளமாகவும், மதியப் பொழுதின் போக்குவரத்து நெரிசல் அதிகமாயிருப்பதாயும் உணர்ந்தாள். அச்சாலையில் இருக்கும் வாகனங்கள் அனைத்தும் சடாரென மறைந்து அச்சாலை அவளுக்கே அவளுக்காய் இருக்க வேண்டுமென்று விரும்பினாள். தன்னைக் கட்டுபடுத்திக் கொள்ள முயன்றவள், கிரீச் என்ற காரின் சத்தத்தினால் எச்சரிக்கை அடைந்தாள்.

ஒரு சிறுமி பள்ளி வாகனத்திலிருந்து எட்டிப் பார்த்து அவளை நோக்கி கையசைத்தாள். புன்னகையுடன் அச்சிறுமியை நோக்கி திருப்பிக் கையசைத்தாள். இச்சிறுமி எப்படி இப்படி பேருந்தின் ஜன்னலின் வழியே வெளியே தொங்கிக் கொண்டிருக்கிறாள்? இந்தப் பேருந்து ஏன் இத்தனைக் கூட்டமாய் இருக்கிறது? குழந்தைகள் கண்காணிப்பதற்கு யாருமின்றி எப்படி இப்படி தனித்து விடப்பட்டார்கள்? யோசித்துக் கொண்டே வலது புறத்தில் திரும்பி பார்த்தபோது, அங்கே தபால் நிலையம் இருந்தது. மணி ஒன்று முப்பது. தபால் நிலைய ஊழியரை இப்பொழுது காண முடியுமா?

EMS என்று எழுதப்பட்ட வழிகாட்டிப் பலகையை நோக்கி விரைந்து சென்றாள்.

- EMS அஞ்சல் மூலம் எனக்கு ஒரு கடிதம் வந்திருப்பதாக தொலைபேசி அழைப்பு வந்தது
- யாருடைய பெயரில்?
- இதோ என்னுடைய அடையாள அட்டை....
- ஆம் உங்களுக்கு ஒரு கடிதம் இருக்கிறது. இங்கே கையெழுத்துப் போடுங்கள்.

அவள் பார்வை கடிதத்தின் மீது விழுந்து ஆனந்தக் கண்ணீர் பெருகியது. பல நாட்களாய்க் காத்திருந்த கடிதம் கிடைத்ததில் கைகள் நடுங்கிக் கொண்டிருந்தன. இரண்டு கைகளாலும் அக்கடிதத்தைப் பிடித்துக் கொண்டாள் அதிலிருந்து எழுந்து வந்த நறுமணம் அப்பகுதியில் வீசிய காற்றிலும் புத்துணர்ச்சியை ஊட்டியது. அவளால் தொடர்ந்து நடக்க முடியவில்லை. கிளைகள் சூரியனால் எரிக்கப்பட்டு, மென் காற்றில் இலைகள் நடனமாடிக் கொண்டிருந்த ஒரு மரத்தின் நிழலில் நின்று கொண்டாள்.

கடிதத்தைத் திறக்கும் முன் சுற்றும் முற்றும் பார்த்துவிட்டு மூச்சை ஆழமாக உள்ளிழுத்துவிட்டாள். இது வெறும் கடிதம் அல்ல, ஒரு பொக்கிஷம். நிறைய வாழ்த்துகளையும், கொஞ்சம் ஏக்கத்தையும், நரம்புகளுக்குப் புத்துணர்ச்சியூட்டும் காதலையும் சொல்லி ஆரம்பித்தது கடிதம். உள்ளே மனதை அசைத்த சிறிய அளவிலான சொற்களை மீண்டும் மீண்டும் படித்தவள், "நீ யாராக இருக்கலாம்" என்ற வாக்கியத்தில் தேங்கிப் போனாள். நீ யாராக இருக்கலாம் என்பதைத் தொடர்ந்து ஒரு கேள்விக்குறி. அக்கேள்வி அவளது மனதில் திரும்பத் திரும்ப ஒலிக்க இருதயம் சுருங்குவதைப்போல் உணர்ந்தாள். "நீ யாராக இருக்கலாம்? நீ யாராக இருக்கலாம்?..." கண்ணீர் நிறைந்த கண்களுடன் தலையை ஆட்டிக் கொண்டாள். அவன் எதைப் பற்றிச் சொல்லக்கூடும்? யோசிக்கும் போது எண்ணங்கள் அவளுடன் விளையாடத் தொடங்கின. இக்கேள்வியைக் கேட்கும்போது அவன் குரல் எப்படி ஒலித்திருக்கக் கூடுமென்று நினைத்துப் பார்த்தாள். அவன் என்ன சொல்ல வருகிறான்? யோசித்து யோசித்து தன்னைத்தானே அதிக அழுத்தத்துக்கு ஆட்படுத்திக் கொண்டாள்.

அவள் எதையும் விவரிக்க விரும்பவில்லை. அவன் இப்படித்தான், ஆனால் நல்லவன், உணர்ச்சிகளின் குவியல். ஒரு பொழுதில் அவன் அவளுக்காய் ஏங்குவதாய் உணர வைப்பான், மற்றொரு பொழுதில் அவளின் சந்தோசத்தின்

பாதைகளனைத்தையும் அடைத்துவிடுவான். அவ்வப்போது கடுமையான வார்த்தைகளையும் உபயோகிப்பான். சில நேரங்களில் அவளுக்கு ஒன்றும் புரியாது, குளிர், நெருப்பு இரண்டின் மீதும் மாற்றி மாற்றி பயணிப்பது போல் இருக்கும். தன்மானத்தின் சுவர் அவளுக்குள் இடிந்து விழ... கதறி அழுது தன் காதலைத் தெரிவித்தாள். அவள் தன்மானத்தை இழந்து நின்றபோது சூழ்நிலை அத்தனைக் கடினமாய் இருந்தது. கடலைப்போல கணிக்க முடியாதவனாய் இருந்தவனிடத்தில், உனக்கு வேறு என்னதான் வேண்டும்? என்று கேட்க நினைத்து அவனின் கோபத்திற்குப் பயந்தே, கேட்காமல் அப்படியே இருக்க பழகிக்கொண்டாள். விட்டு விலகிச் செல்வான் பின்பு திரும்ப வருவதுமாய் இருந்தவனிடத்தில், எடுத்துச் சொன்னபோது,

"இது உன்னைச் சோர்வடையச் செய்யுமென்று நான் ஏற்கனவே எச்சரிக்கவில்லையா? நான் உன்னுடன் தான் இருக்கிறேன் ஆனால் உன்னுடன் இல்லை. என் விருப்பத்திற்கு ஏற்றபடி வருவேன், போவேன். இது தான் எனக்கு விதிக்கப்பட்டது" என்று திரும்பத்திரும்ப கோபத்துடன் பதிலளித்தான்.

"உனக்காகக் காத்திருப்பவர்களைப் பற்றி நீ யோசிக்கவே மாட்டாயா"

"என்னைப் பற்றித் தெரிந்த பிறகும் எதற்காகக் காத்திருக்கிறாய்? உன்னால் பிரிந்துபோக முடியவில்லை என்பதற்காகவா?

"நான் ஒரு சாதாரண மனுஷி, மணிக்கணக்கில் காத்திருப்பதே பெரும வேதனை எனக்கு, அப்படியிருக்கையில் நீ வெளிநாட்டிலிருந்து திரும்பி வரும் வரை என்னால் காத்திருக்க முடியுமா?" கண்ணீரை முழுங்கியவாறு பதிலளித்தாள்.

ஒரு நீண்ட மௌனத்திற்குப் பிறகு, அவள் மேல் ஒரு இடியை இறக்கினான்,

"நீ என்னை மறந்துவிடு"
"அவ்வளவு எளிதாகவா..."
அவளால் எப்படி தன்னுடைய இதயத்தையே கிழித்து எறிய முடியும். இதயமின்றி அவளால் இருக்க முடியுமா?

எழுதியவர்: அஸ்மா அல்ஜரூனி

*1995*ஆம் ஆண்டு வெளிவந்த இவரது ஹம்ஸ் அல் சவாதி "Hams Al Shawaty" (i.e. The Whispers of Shores) என்னும் சிறுகதைத் தொகுப்பில் இடம்பெற்ற கதை.

13
அப்படியான நேரத்தில்

அவனால் இரவு முழுவதும் உறங்க முடியவில்லை. அமைதியற்றவனாயும், கவலையடைந்தவனாயும் அறையில் அங்கும் இங்கும் நடந்து கொண்டேயிருந்தான். வானத்திலிருந்து ஏதோ ஒரு நல்ல செய்தியை எதிர்பார்த்திருப்பவன் போல, அடிக்கொருதரம் பால்கனிக்குச் சென்று வானத்தை நிமிர்ந்து பார்த்துக் கொண்டிருந்தான். குளிர்ந்த காற்று வீசியது. இரவுப்பொழுது மிகவும் மெதுவாய் நகர்ந்து கொண்டிருக்க, விடியப்போகும் நேரத்திற்காய்க் கடிகாரத்தைப் பார்த்துக் கொண்டேயிருந்தான். "நாளை நமக்குக் கிடைத்துள்ள நியமனத்தில், ஒரு வழியாய் இயக்குனரைப் பார்க்க போகிறோம்" என்று தனக்குத் தானே சொல்லிக் கொண்டிருந்தான்.

தனக்குக் கிடைக்கும் முதல் சம்பளத்தை எப்படியெல்லாம் செலவழிக்க வேண்டுமென்று திட்டமிட்டான், ஒரு பகுதி வீட்டுத் தவணைக்கு, அடுத்தது காருக்கு, இன்னொரு பகுதி தொலைபேசி கட்டணத்திற்கு. ஜவாலில் ஒன்று அனீஸில் ஒன்றென்று இரண்டு இணைப்புகளை வைத்துக் கொள்ளலாம். பொழுது விடிந்ததை அறிவிக்கும் விதமாய்ச் சூரியக் கதிர்கள் ஜன்னலின் வழி உள்ளே புகுந்த உடன், அவசர அவசரமாய் எழுந்து ஒரு கோப்பை டீயைக் குடித்துவிட்டு, அவனிடம் இருந்தவற்றிலேயே மிகச்சிறந்த உடைகளை அணிந்து கொண்டான்.

காரின் இஞ்சினை உசுப்பியவன், சக்கரங்களை கிட்டத்தட்ட சிறகுகளைப் போல் பாவித்து, காரைப் பறக்கச் செய்தான். வழி நெடுகிலும், "நான் இன்று இயக்குனரைச் சந்திக்கப் போகிறேன்" என்று கனவுடன் தனக்குத் தானே பேசிக் கொண்டே சென்றான்.

குறிப்பிட்ட இடத்தை அடைந்தபோது ஒரு பெரும் கூட்டம் அலைமோதிக் கொண்டிருப்பதையும், அவர்கள் அனைவரின்

முகங்களிலும் குழப்பத்தின் ரேகை பரவிக் கிடப்பதையும் கண்டான். அங்கிருந்த நீண்ட வரிசையின் கடைசியில் நின்ற போது, அவன் முகத்திலிருந்தும், ஆன்மாவிலிருந்தும் நம்பிக்கையின் அம்சங்கள் மறையத் தொடங்கின. பெருமூச்சொன்றை வெளியிட்டான். நான் இன்னும் எத்தனை நேரம் இந்த வரிசையில் காத்திருக்க வேண்டி இருக்கும்? உள்ளே நுழைவதற்கு முன் அனைவருமே ஒரு குறிப்பிட்ட நேரத்திற்குக் காத்திருக்க வேண்டி இருந்தது. ஒரு சிலர் மணிக்கணக்காகவும் காத்திருந்தனர், அவர்கள் காலையில் எத்தனை நேரத்தில் வந்திருந்தாலும் அது ஒரு பொருட்டே இல்லை. ஒரு சிலர் அங்கு வந்து முகத்தை காண்பித்ததுமே உள்ளே அழைக்கப்பட்டனர். கண்களை மூடி மீண்டும் ஒரு பெருமூச்சொன்றை வெளியிட்டான். மூனாவின் முகம் மனதிற்குள் தோன்றியதுமே கண்களைத் திறந்து தனக்குத் தானே பேசிக்கொண்டான் “நான் அவளிடம் என்ன சொல்வேன்? இன்னும் வேலை எதுவுமே கிடைக்காமல் இருக்கையில் அவளின் அப்பாவிடம் சென்று எப்படி அவளைப் பெண் கேட்பேன்? என்னை எப்பொழுதும் கோழை என்றும் கூச்ச சுபாவம் உள்ளவனென்றும் திட்டிக்கொண்டு எனக்காகக் காத்திருக்கும் என் அம்மாவிடம் என்ன சொல்லுவேன்? இந்தக் காலத்தில் வேலை தேடுவதே வீண் என்று எப்படி அவருக்குப் புரிய வைப்பேன்?

தரையை வெறித்துப் பார்த்துக் கொண்டிருந்த அவன் மனதில் பல கேள்விகள் ஓடிக் கொண்டிருந்தன. அவன் கண்களில் உருவாகி இதயத்தைக் கணக்கச் செய்த கண்ணீர் எங்கே உருண்டு வந்துவிடுமோவென்ற பயத்தில் தரையிலிருந்து கண்களை உயர்த்தவே இல்லை. அந்த நீண்ட நடைபாதை முழுவதையும் முணுமுணுப்புகள் நிறைத்துக் கொண்டிருந்தது. முதியவர் ஒருவர் நடுங்கும் கரங்களில் சில தாள்களையும், நடப்பதற்கு உதவி செய்யக்கூடிய குச்சி ஒன்றையும் பிடித்துக் கொண்டு அந்த வரிசையில் நின்று கொண்டிருப்பதைப் பார்த்ததும் அவன் மனம் கணத்தது. அவரது முகத்தில் களைப்பு அப்பட்டமாய் தெரிந்தாலும், அவரைத் தின்று கொண்டிருக்கும் சோகங்களை எல்லாம் தாண்டி, வாய் “தஸ்பீஹை” தொடர்ந்து முணுமுணுத்துக் கொண்டிருந்தது.

வரிசையின் இறுதியில் இரண்டு பெண்கள் நீண்ட நேரம் நின்றதால் சோர்ந்து போன நிலையில் காணப்பட்டனர். அங்கு இருந்த புகைப் பிடிக்கும் பழக்கம் உள்ளவர்களின் வாயிலிருந்த வெளியேறிய புகையின் நெடி அவனை மேலும் துன்புறுத்தியது.

அந்த நீண்ட நடைபாதையின் சுவற்றில் மாட்டப்பட்டிருந்த கடிகாரம் மணி ஒன்றானதை அறிவித்த உடன், அலுவலகத்தின் ஊழியர் ஒருவர் வந்து, மிகச்சரியாக அந்த நேரத்தில் கடந்த ஆயிரம் நாட்களாக திரும்பத் திரும்ப உச்சரித்துக் கொண்டிருக்கும் "இன்றைக்கான நேர்முகத்தேர்வு முடிந்தது. மீண்டும் நாளை வரவும்" என்ற வார்த்தைகளை உதிர்த்துச் சென்றார்.

எழுதியவர் : *அஸ்மா அல் ஜரூனி*

1995ஆம் ஆண்டு வெளிவந்த இவரது ஹம்ஸ் அல் சவாதி "Hams Al Shawaty" (i.e. The Whispers of Shores) *என்னும் சிறுகதைத் தொகுப்பில் இடம்பெற்ற கதை.*

குறிப்பு: *ஜவால் மற்றும் அனீஸ் 90களில் புழக்கத்தில் இருந்த தொலைபேசிகள்*

தஸபீஹ் - *தொடர்ச்சியாய் அல்லாவின் பெயரை உச்சரித்தல் அல்லது அவரின் புகழ் பாடுதல்*

14
தாகம்

உன்னைக் கொல்லும் அளவுக்கு எனக்கு வெறுப்பில்லை. கடவுள் துரதிர்ஷ்டத்திலிருந்து உன்னைக் காத்து நேர்வழிப் படுத்துவாரென இன்னமும் நம்புகிறேன். ஆனால் வேறு யாரேனும் ஒருவர் உன்னைக் கொன்று அதை என்னிடத்தில் வந்து சொன்னால் நன்றாயிருக்குமென்றும் ஆசைப்படுகிறேன்.

மத்தியான வேளையில் நீ அலுவலகத்திலிருந்து காரில் கிளம்பும்போது அது வேலை செய்யாமல் போக, நாளின் மத்தியில் சூரியன் உச்சத்தில் நின்று காயும்போது உனக்கு வீட்டிற்குச் செல்வதற்கு எந்த ஒரு வாகனமும் கிடைக்கவில்லை என்றாய். தன்னுடைய கழுதை வண்டியில் மண்ணெண்ணெய் விற்கும் மனிதன், உன்னைப் பார்த்து மனமிறங்கி, அவரது நேரத்தை விரையம் செய்து உன்னையும் வண்டியில் வைத்து இழுத்துச் செல்வதாய்க் கூறினார். அந்தக் கழுதையின் வாசமோ, அந்த எண்ணெயின் துர் நாற்றமோ உன்னை எரிச்சலடையச் செய்யவுமில்லை, பாதிக்கவும் இல்லை அப்படித்தானே! நான் உன்னுடைய மனைவி உன்னை எனக்குத் தெரியாதா?

வீட்டிற்கு வந்ததும் அந்தக் கழுதையின் பின்னால் நின்று கொண்டு உனக்கு உதவி செய்த அந்த மண்ணெண்ணெய் விற்கும் மனிதனுக்கு ஏதேனும் செய்ய நினைத்தாய். ஆனால் அச்சமயத்தில் அக்கழுதை எனக்கு ஏதாவது செய்ய வேண்டுமென்று நினைத்துவிட்டது. அது உன்னை உதைக்கிறது, ஆம் அந்த இடத்தில், எதை நீ உன் ஆண்மையின் ஆதாரமாய் நினைக்கிறாயோ அந்த இடத்தில் உன்னை உதைக்கிறது. நீ எதைக் கொண்டு உன்னை நிரூபித்தாயோ அதையே இப்பொழுது இழந்துவிட்டாய்.

“நான் ஒரு ஆண்பிள்ளை”
“ஒருத்தர் பின்னாடி போறவன் தானே...”
“அதில் என்ன தப்பு? அபு சயீத் என் நண்பர்”
“அவர் விருப்பப்படி உன்னை ஆட்டி வைக்கிறார்”
“நான் என்ன செய்கிறேனென்று எனக்குத் தெரியும்”

இதனால் ஆகப்போவது ஒன்றுமில்லை. மூன்று வருடங்கள் கடந்துவிட்டது இன்னமும் வீண் வாக்குவாதம் செய்து என்ன பயன்?

நீ உன் காதலை என்னிடத்தில் சொன்னபோது எதற்காய் அதை ஏற்றுக் கொண்டேனென்று தெரியவில்லை. நீ தேடிச்செல் பவனை விட உன்னைத் தேடி வருபவனைத் தேர்ந்தெடுப்பதே சிறந்ததென்று அனைவரும் சொல்லியதாலா?

“ஹைஃபா நீ அற்புதமானவள். நான் உன்னிடம் கேட்கும் முன்பே நீ எனக்காக எல்லாவற்றையும் செய்து விடுகிறாய். நீ தான் நான் தேடும் பெண்” என்றாய்.

உண்மையில் நீ என்னைத் தேடவே இல்லை. அபு சயீதுதான், அந்த வீட்டில் அழகான பெண்ணொருத்தி இருக்கிறாள் அவளிடம் சென்று காதலைச் சொல்லென்று உன்னை அனுப்பி வைத்தான். உனக்குத் தெரியுமா அவன் எத்தனை முறை என்னையும், எனக்காக என் அப்பாவையும் விலைக்கு வாங்க முயற்சித்தான் என்று. ஒரு கட்டத்தில் விரக்தியடைந்தவன், உன் மூலமாய் என்னை அடைய உன்னை உபயோகித்துக் கொண்டான்.

எந்த ஒரு பெண்ணும் தன்னைத் திருமணம் செய்து கொள்வதாய்ச் சொன்ன மணமகனுக்காய்க் காத்திருப்பது போல், நானும் உனக்காய், நம்முடைய திருமண நாளுக்காய்க் காத்திருந்தேன். அப்பொழுது நீ, அபுசயீத் நம்முடைய திருமணத்தை வரும் வாரத்தில் வைத்துக் கொள்ளும்படி சொன்னதாய்ச் சொன்னாய். அடுத்த வாரம் நம்முடைய திருமணமும் நடந்தது. திருமணத்தில் நீ அன்பளிப்பாய் ஒரு கடிகாரத்தை அளித்துவிட்டு இது நன்றாய் இருக்கிறதென அபு சயீதுதான் தேர்ந்தெடுத்தார் என்றாய். அப்படிச் சொல்வதற்காய் நீ ஒன்றும் வெட்கப்படவில்லை. அக்கடிகாரத்தின் டிக் டிக் சத்தம் அத்தனை வெறுப்பாய் இருக்கிறது. உன்னை ஞாபகப்படுத்தும் விதமாய் அது என் காதுகளில் சத்தமிட்டுக் கொண்டேயிருக்கிறது. இங்குள்ள அனைத்தும் அமைதியாயிருக்கின்றன அந்த டிக் டிக் சத்தத்தைத் தவிர.

கதவு தட்டப்படும் ஓசைக்காய்க் காத்திருக்கிறேன். இம்முறை அபு சயீதும் உன்னுடன் வரக்கூடும். நான் முதல் முறையாக அபு சயீதைப் பார்க்கப் போகிறேன். நான் அவனை வரவேற்று விருந்தளிப்பேன். ஆ! இப்போதுதான் ஞாபகம் வருகிறது நான் இந்த உணவை மறந்தே விட்டேன். இந்தக் கண்ணாடி என்னை எல்லாவற்றையும் மறக்கச் செய்திருக்கிறது. நீண்ட நாட்களுக்குப் பிறகு நான் இப்போதுதான் முதன் முறையாக இதன் முன் அமர்ந்திருக்கிறேன். அதற்கு ஒரு இரகசியக் காரணமும் இருக்கிறது. அபு சயீத் எங்கே உட்காருவான் இங்கேயா? இல்லை அங்கேயா? நான் அவனை அங்கே உட்காரும்படி கேட்டுக்கொள்வேன் அப்பொழுதுதான் நான் சமைக்கும்போதும் அவனை நன்றாகப் பார்க்க முடியும்.

நான் அவனுக்குக் காஃபி அளிக்கும் போது, அவன் கண்களுக்குள் உற்று நோக்கி, என் கணவரை அவனிடம் இப்படிக் கட்டிப்போட்டிருக்கும் இரகசியம் என்ன என்பதைக் கண்டறிவேன். இந்த மனிதன் என் கணவரை வெளியே போகும்படிச் செய்தால், நான் என் திட்டத்தை நிறைவேற்றுவேன்.

"எனக்கு வேண்டியது ஒரு ஆண் மகன். தலையாட்டி பொம்மையல்ல"

"அதற்கு நான் என்ன செய்ய வேண்டும்"

"அவனிடமிருந்து விலகி, என்னை என் வழியில் போக அனுமதிக்கச் சொல்லுங்கள்"

"அவளை விட்டுவிடு"

அவ்வளவுதான் முடிந்தது. அவன் என்னை விட்டுவிடுவான்.

கதவு தட்டப்படும் ஓசை எதிரொலித்து அங்கிருக்கும் அமைதியைக் குலையச் செய்கிறது. அந்த உடைந்த கண்ணாடியின் முன்னால் என் வாழ்க்கை எனக்குத் திரும்பக் கிடைக்கிறது. அக்கண்ணாடி ஒரே பெண்ணின் இரு வேறு முகங்களை அவளுக்குக் காட்டியது. கதவைச் சென்று திறந்தாள்,

"யார் அது?"
"அபு சயீத்"
"யார்...?"
"அபு சயீத்"
"மன்னிக்க வேண்டும். உள்ளே வாருங்கள்... என் கணவர் எங்கே?

“என்னை முன்னே போகச்சொல்லிவிட்டு, அவர் பின்னால் வருவதாக சொன்னார்”

நான் யோசித்தேன். “உட்கார சொல்லி, குடிக்க என்ன கொண்டு வரட்டுமென்று கேட்போம் அவன் ஒன்று கேட்டால் நாம் வேறு ஒன்றைக் கொடுப்போமென்று முடிவு செய்து கொண்டேன்”

“என்ன குடிக்கிறீர்கள்”

“தண்ணீர் மட்டும் போதும்”

நான் அவனுக்குக் காஃபியைக் கொண்டு வந்து தருவேன், இது நன்றாயிருக்குமென்று. என் வாழ்வு கசப்பதைப் போல, அது அவனுக்குக் கசக்கட்டும்.

“உங்கள் கணவர் சில நாட்கள் முன்பிருந்தே என்னுடைய நண்பர் தெரியுமா?”

“அவர் சில நாட்கள் முன்னிருந்தே என் கணவரும் கூட. இதில் நான் என்ன குற்றம் செய்தேன்?

“என்ன?”

“குற்றம்? நான் செய்த குற்றம் என்ன?”

“உட்காருங்கள் பேசுவோம். உங்கள் கணவர் வந்துவிடுவார்”

அவன் எப்பொழுதுமே நேரத்துக்கு வருவதில்லை. எனக்குத் தான் தொண்டை வரள்கிறது. நான் அவருக்குத் தண்ணீர் கொண்டு வருகிறேன்.

“எங்கே போறீங்க”

“உங்களுக்குத் தண்ணீர் கொண்டு வர”

எழுதியவர் : மஜித் பு ஷ்லைபி

*1992*ல் வெளிவந்த அமீரக எழுத்தாளர்களின் சிறுகதைத் தொகுப்பான குலுனா, குலுனா, குலுனா நுஹைப் அல்பஹர் "Kuluna, Kuluna, KulunaNuhib Al-Bahr" (i.e. All of Us, All of Us, All of Us Love the Sea) என்னும் சிறுகதைத் தொகுப்பில் இடம்பெற்ற கதை

15

ஒரு திடீர் தெரிவு

....

அன்றைய நாள் ஆரம்பிக்கும் முன்னமே அடி மனதில் ஏதோ ஒன்று தோன்றிக்கொண்டேயிருந்தது. ஏதோ ஒரு இனம்புரியாத உணர்வு. எதுவோ சரியில்லையென்ற எண்ணம், அழுகை வரும்போல் இருந்தது. அர்த்தமற்ற ஒரு பயத்தையும், எங்கேயோ தொலைதூரத்தில் யாருமற்ற வெளியில் தொலைந்துவிட்டதைப் போலவும் உணர்ந்தேன்.

இலக்கிய உலகிலிருந்து விலகி பல வருடங்களுக்குப் பின் முதன் முறையாய் ஒரு விமர்சனக் குறிப்பை எழுதி முடித்து நிமிர்கையில், என் மனைவியின் கண்களில் அப்படி ஒரு அன்பைக் கண்டேன். எனக்குள் அமைதி பெருக, அவளை மட்டும் பார்த்துக் கொண்டிருந்தாலே போதும்.

அமைதியைக் கிழித்தது கதவு தட்டப்படும் பலத்த ஓசை. இதயத்தின் ஆழத்தில் இருந்த அந்த இனம் புரியாத பயம் மனதைக் கிழிக்கத் தொடங்கியது. வீட்டினுள் நுழைந்தவர்கள் என்னைச் சூழ்ந்து கொண்டனர். உணர்ச்சியற்ற அவர்களின் முகமும், கரடுமுரடான தோற்றமும் என்னுள் ஒரு நடுக்கத்தைக் கொடுத்தது. அவர்கள் என்னைப் பிடித்துக் கொண்டனர். உணர்ச்சியற்ற அவர்களின் கைகள் எங்கே என்னைப் பிடித்துப் புழுதியில் தள்ளிவிடுவோமோயென்று பயந்தேன்.

கர்ப்பவதியான என் மனைவி தலையை உயர்த்தி, வாயைத் திறக்க முயற்சித்தாள். அவளின் முகம் சிவந்திருந்தது. கையில் இருந்த எலுமிச்சம் பழச்சாறு நிரம்பிய கோப்பை நழுவிக் கீழே விழும்போது அவள் அழத்தொடங்கியிருந்தாள். உறைந்த அவள் கால்களினிடையே மஞ்சள் நிறத் திரவம் வழியத் தொடங்கியிருந்தது. வந்தவர்களில் ஒருவரையும் எனக்கு

அடையாளம் தெரியாததால் குழப்பத்துடனும், தயக்கத்துடனும் நின்று கொண்டிருந்தேன். தொடர்ச்சியான காலடிச் சத்தங்களைத் தவிர வேறு எதையுமே என்னால் கேட்க முடியவில்லை. ஒரு கட்டத்தில் அதுவும் நின்று போயிற்று.

நான் என்ன ஏதுவென்று கேட்டிருக்க வேண்டும். ஆனால் எனக்குப் பேச்சே வரவில்லை. நடப்பது எதுவும் புரியவில்லையென்று அவர்களுக்கு உணர்த்த முயற்சித்தேன். ஆனால் அதற்குள் ஒருவர் கதவின் கைப்பிடியைத் திருகி என்னை வீட்டை விட்டு வெளியே தள்ளினார்.

ஆச்சரியமாக, எனக்குத் தோன்றிய கலகம் செய்யும் எண்ணத்தை, அந்த மூடிய வாகனத்தினுள் இருந்தவர்களின் இறுகிய கைகளும், குரூரமான முகங்களும் மறையச் செய்தன. எதுவும் பேசாமல் அமைதியாக இருப்பதே சிறந்ததென்று தோன்றியது. வாகனத்திலிருந்த சிறிய ஓட்டையின் வழியே வெளியே பார்த்தேன். அனைத்தும் வேகமாய் நகர்ந்துகொண்டிருந்தது, நாங்கள் அனைத்திலும் வேகமாய் நகர்ந்து கொண்டிருந்தோம். பூங்காவின் ஒரு பக்கச் சுவற்றைப் பார்த்தேன். அதன் அருகில் தான் கர்ப்பவதியான என் மனைவியும் நானும் முதல் முதலாய்ச் சந்தித்துக் கொண்டது.

பூங்காவைச் சுற்றிலும் அரைத் தூக்கத்தில் இருப்பது போல ஒரு வித மயக்க நிலையில் மக்கள் நடந்து கொண்டிருந்தனர். நான் கத்தினாலும் அவர்களுக்குக் கேட்கப்போவதில்லை. மேலும் எனக்கு என்ன நடக்கிறதென்றும் நிச்சயமாய் அவர்களுக்குத் தெரியப்போவதில்லை. உண்மையில் அது எனக்குமே தெரியாதே. யார் இவர்கள்? எதற்கு இப்படி நடந்து கொள்கிறார்கள் எதுவுமே தெரியாது.

ஒரு வழியாய் தைரியத்தை வரவழைத்துக்கொண்டு, அவர் களிடம் கேட்க முயன்றபோது, தலையைத் திருப்பிக் கொண்டனர். மீண்டும் அங்கே அமைதி திரும்பியது, மயான அமைதி. ஒவ்வொரு வினாடியும் முடிவற்றதாய் நீண்டு கொண்டேயிருந்தது.

திடீரென வாகனம் நிறுத்தப்பட்டு, என்னை அதிலிருந்து வெளியே தள்ளினர். என்ன ஏதுவென்று கேட்க வாயைத் திறக்க நினைத்தபோதே வாயின் மீது விழுந்த பலத்த அடி கீழே தள்ளியது. நான் பேசக்கூடாது என்பதற்கான எச்சரிக்கை அது.

ஒரு அறையில் என்னைத் தள்ளி கதவை மூடினர். அங்கு ஏற்கனவே சிலர் இருந்தனர். எல்லாமே ஒரு கனவு போல்

இருந்தது. கற்பனை கூட செய்து பாத்திராத ஒன்று. பாழடைந்த, இருளில் மூழ்கிக் கிடந்த அறையில் இருந்த மற்றவர்கள் அனைவரும் மொத்தமாக ஒரு மூலையில் முடங்கிக் கிடந்தனர். எத்தனை நாட்களாக அங்கு இருக்கிறார்களோ தெரியாது. சோகம் ததும்ப, நினவுகளை அசைபோட்டபடி நானும் அவர்களுடன் சேர்ந்துகொண்டேன். நானும் என் மனைவியும் எங்களுடைய முதல் குழந்தையை எதிர்பார்த்திருந்தோம். குழந்தையுடன் கொஞ்சி விளையாடுவதைக் குறித்தும், அக்குழந்தையை எப்படியெல்லாம் மகிழ்ச்சிகரமாக பார்த்துக்கொள்ள வேண்டும் என்பதைக் குறித்தும், குழந்தை வளர்ப்பு குறித்தும் நிறைய கனவுகளுடனும், கற்பனைகளுடனும் இருந்தோம்.

ஆறுதல் என்பது அப்போதைக்குச் சாத்தியமில்லை எனினும், என்னைச் சுற்றியிருப்பவர்களும் என்னைப் போன்றதொரு சூழ்நிலையிலேயே இருப்பவர்கள்தான் என்கிற எண்ணம் மட்டுமே அப்போதைக்கு எனக்கு ஒரு சிறிய ஆறுதலைக் கொடுத்து கவலையைக் குறைத்தது. என் பக்கத்திலிருப்பவருடன் பேச நினைத்து அவரை இலேசாய் இடித்தபோது, அவர்கள் என்னை வெளியே அழைத்துச் செல்ல வந்தனர். நான் முயற்சித்தும் என்னால் வேகமாய் எழ முடியாமல் போக, அவர்கள் இழுத்த இழுப்பில் நிலைதடுமாறி கீழே விழுந்தேன். அதில் ஒருவர் கொடுத்த உதை என்னை வேகமாய்க் குதித்து எழ வைத்தது. நீண்ட நடைபாதை ஒன்றின் முடிவில் இருந்த பெரிய இரும்புக் கதவு ஒன்றை நோக்கிக் கால்களை வேகவேகமாய் எடுத்து வைத்து நடந்து சென்றேன் (செலுத்தப்பட்டேன்). என் உடல் கதவின் உள்ளே நின்றிருந்த மற்றொரு உடலின் மீது மோத அவர்கள் கதவை வெளியே பூட்டினர். என் முன்னே நின்று கொண்டிருந்தவர் நகர்வதாக இல்லை. அவரது உடைகள் கிழிந்திருந்தன. வட்டமான முகத்தில் பருக்களும், கொப்புளங்களும் நிறைந்திருந்தது. அவர் தனது மூக்கால் என் மூக்கை உரச, வெளிப்பட்ட துர்நாற்றம் என் முகத்திலறைய, உணர்வுகளற்ற ஒரு மிருகத்தைப் போலானேன். அவர் தன் மூக்கைக் கொண்டு என் முகத்தைத் திருப்பிக் கொண்டிருந்தார். விசித்திரமானதொரு மந்திரத்துக்குக் கட்டுப்பட்டதுபோல் பின்வாங்கிக் கொண்டே செல்ல, என் முதுகு, சுவரில் மோதியது. இன்று வரை அந்தத் துர்நாற்றத்தை என் முகத்தில் உணர்கிறேன். அந்த அறையின் இரு பக்கங்களிலும் மனிதர்கள் கடினமானதொரு துணியைக் கொண்டு உடலை மூடி உறங்கிக் கொண்டிருந்தனர். அவர்களின் கரகரப்பான தொண்டையிலிருந்து வெளிவந்த, சபித்த, அச்சுறுத்தும்

குரல்கள் அறை முழுவதுமிருந்து என் செவியை வந்தடைந்தது. அறைக்கதவிலிருந்த சிறு ஜன்னலின் வழியே சில கண்கள் எங்களைக் கவனித்துக் கொண்டிருந்தன. வெறிச்சிரிப்பொன்று வெளிப்பட்டது. தைரியம் மொத்தத்தையும் திரட்டி எதிரே நின்று கொண்டிருந்தவரை அந்தக் கதவை நோக்கி... என்னை வெறித்துக் கொண்டிருந்த கண்களை நோக்கித் தள்ளினேன். திடீரென குறுக்கே நீண்ட கால்களால் நிலைதடுமாறி குப்புற விழ முகத்திலிருந்து இரத்தம் கொப்பளித்தது. எழுந்திருக்க முயற்சித்து, மீண்டும் தடுமாறி விழுந்து ஒரு நீண்ட மயக்கத்திற்குள்ளானேன்.

பாரமாய் அழுத்திக் கொண்டிருந்த இமைகள் விரிய மறுத்தன. சுருங்கியும் விரிந்தும் ஒரு சாத்தானைப் போல் பயமுறுத்திய சுவர்களைக் கொண்ட சிறிய அறையொன்றில் ஒரு குவியலைப்போல் கிடந்தேன்.. பலவீனமாகவும், சீரிய இடைவெளியிலும் கேள்விகள் மண்டையைக் குடைந்தன. தலையில் இரத்தம் உறைந்திருப்பதைத் தொட்டு உணர்ந்தேன். தெளிவற்ற சித்திரங்களாய் அடுத்தடுத்து ஏதேதோ காட்சிகள் நினைவில் அசைந்தாடின. மஞ்சள் நிற திரவத்தின் துளிகள், பிசுபிசுப்பான இரத்தத்துடன் சேர்ந்து, கர்ப்பமாயிருக்கும் என் மனைவியின் கால்களினிடையே வழியத் தொடங்குகிறது. மேடிட்ட வயிற்றிலிருந்து உயிர்த் திரவம் கசிந்து வெளியேறுகிறது.

கதவு தட்டப்படும் ஓசையைத் தொடர்ந்து, மிக மெதுவான பேச்சுக்குரல்கள் கேட்க, கதவு திறக்கப்பட்டது. அந்த நீண்ட நடைபாதையில் அவர்களின் உதவியுடன் காலடி எடுத்து வைத்தேன். இந்த நேரத்தில் நான் என் கண்களைத் திறந்திருப்பது மிகவும் முக்கியம். ஒருவர் என்னைப் பார்த்து சத்தமிட்டு, சைகையால் உள்ளே நுழையும்படி கட்டளை இட்டார். நான் தயக்கத்துடன் கதவின் அருகில் நின்றவாறே, அந்த ஆடம்பரமான மேசையில், கம்பீரமான சீருடையணிந்து அமர்ந்திருந்தவரைப் பார்த்துக் கொண்டிருந்தேன். என் தயக்கத்தைப் பார்த்து, கதவின் அருகில் நின்று கொண்டிருந்தவர், என் மீதிருந்த பார்வையை விலக்காமலேயே, புகைபிடித்தவாறு செய்தித் தாளை வாசித்துக் கொண்டிருந்த நபரை நோக்கி, கை முஷ்டியால் உந்தித் தள்ளினார்.

இருக்கையில் நேராக நிமிர்ந்து அமர்ந்தவர், தலையை நிமிர்த்தி மேலிருந்து கீழ் வரை பார்த்துவிட்டு, கைகளை அசைத்தவாறு அவர்களைப் பார்த்து கத்தினார்,

"இல்லை... இது அவன் இல்லை. அவனை ஏற்கனவே பிடித்தாகிவிட்டது. இவனைக் கொண்டு செல்லுங்கள்"

அறையை விட்டு வெளியேறும்போது அங்கிருந்தவர்களில் ஒருவர் அந்த நளினமான மனிதரிடம் கேட்டுக் கொண்டிருந்தார்,

“நாம் அவனிடம் மன்னிப்பு கேட்க வேண்டுமா”

“வேண்டாம். பின்பு அவர்கள் அதற்குப் பழகிக்கொள்ளக் கூடும்”

யாரும் கற்பனை கூட செய்து பாத்திராத ஒரு போதும் அவனை நெருங்குமென்று நினைத்திராத பேரழிவு... வெதுவெதுப்பான இரத்தம்... மஞ்சள் நிற திரவத்தின் துளிகள், பிசுபிசுப்பான இரத்தத்துடன் சேர்ந்து கர்ப்பமாயிருக்கும் என் மனைவியின் கால்களினிடையே வழியத் தொடங்குகிறது. மேடிட்ட வயிற்றிலிருந்து உயிர் திரவம் கசிந்து வெளியேறுகிறது.

எழுதியவர்: ஜுமா அல்ஃபைரூஸ்

2000ஆம் ஆண்டில் வெளிவந்த இவரது மசாஃபத் அன்டி அல்இஷ்க் அல்அவாலி "Masafat Anti Al-Ishq Al-Awali" (i.e. Your Distance the First Love) *என்னும் சிறுகதைத் தொகுப்பில் இடம்பெற்ற கதை.*

16

கல்லறை பார்வையாளர்

அனைவருக்குமான இறுதி வசிப்பிடமான, கல்லறைத் தோட்டத்தின் வாயிலில்,பணக்காரர்களின் கார்கள் மட்டுமே நிறுத்து வதற்கு அனுமதிக்கப்பட்ட இடத்தில் அவர் தன்னுடைய ஆடம் பரமான காரைக் கொண்டு வந்து நிறுத்தினார். காரிலிருந்து இறங்கி, அவரது முதல் காதலியின் எச்சங்களைக் கொண்டிருக் கும் அப்பகுதியினுள் நுழைந்தார். எதையும் இயல்பாக ஏற்றுக் கொள்ளக்கூடிய, நிதானமான குணத்தைக் கொண்டவர். நன்மையின் பொருட்டு அதீதமாய்ச் செலவழிக்கும் தன்மையும், அதிதீவிரமான நம்பிக்கையும் கொண்டவர். ஆனால் இவை அனைத்தையும் தாண்டி கடந்த இருபது வருடங்களில் ஒவ்வொரு முறையும் அவர் இந்த இடத்தினுள் கண்ணீருடனே நுழைந்து, கண்ணீருடனே வெளியேறுகிறார். ஏன் செலவழிக்கக் கூடாது? அவருக்குத் தெரியும் ஏழை பணக்காரர் என்ற வித்தியாசங்களற்று இறுதியில் அனைவரும் சென்று சேரக்கூடிய இடம் இதுதானென்று. ஆனால், முழுக்க முழுக்க இவ்வுலகைப் பிரிந்த ஆன்மாக்கள் மட்டுமே வாழும் பாழடைந்த இந்த இடத்திற்கு இவர் யாரைக் காண வருகிறார்?

யாருடைய அன்பில் அவர் செழித்தோங்கினாரோ அவரை, அவரின் முதல் காதலியைக் காண வருகிறார். அவளின் மறைவிற்குப் பின் அவளைக் காட்டிலும் அழகான, கவர்சியான எத்தனையோ பெண்களை மணந்திருந்தாலும், அவள், அவர்கள் அத்தனை பேரிடத்திலிருந்தும் வேறுபட்டிருந்தாள். கண் சிமிட்டும் நேரம் கூட அவள் ஆன்மா அவரை விட்டுப் பிரிவதில்லை என்பதே உண்மை. தன்னை, பிறர் பைத்தியக்காரன் என்று சொல்லக்கூடும் என்று மட்டும் அஞ்சியிருக்காமல் இருந்தால், எப்படித் தனிமை யிலிருக்கையில் அவளுடன் பேசிக்கொண்டிருக்கிறாரோ அதே போல அனைவரின் முன்னிலையிலும் அவளுடன் பேசக்கூடும். தினமும் படுக்கைக்குச் செல்லும் முன், அன்றைய முழு நாளிலும் நடந்தவற்றையெல்லாம் அவளுடன் பகிர்ந்து கொள்வார்.

ஆங்கிலத்தில்: ஷிஹாப் கானம் – தமிழில்: பிரியா ✳ 77

அதன் மூலம் அவளுக்கு அவரைப் பற்றிய அனைத்தையும் தெரியப்படுத்திவிடுவார். அவரது இதயத்தில் அவளுக்கான ஏக்கம் அதிகரிக்கும் பொழுதெல்லாம் அவளுடைய கல்லறைக்குச் செல்வதென்று தனக்குத் தானே அவர் செய்துகொண்ட சத்தியத்தின் வெளிப்பாடுதான் இந்த வருகை. குழந்தைப் பருவ விளையாட்டுகளின் வெளிப்பாடாய், தற்செயலாக பாரீஸில் அவளைச் சந்தித்த அன்றைய நாளில், அவர் மட்டும் அவளின் காரின் சீட் பெல்டினை கழட்டி விடாமல் இருந்திருந்தால்.... அவரால் அவரை மன்னிக்கவே முடியவில்லை.

அன்று பெய்த பலத்த மழையினால் எதையும் சரியாய்ப் பார்க்க முடியவில்லை. “ஆனால், உங்களால் நிச்சயம் சூரியனை சல்லடையால் மறைக்க முடியாதே”. அவரால் அவரை நிச்சயம் மன்னிக்கவே முடியவில்லை. ஒவ்வொரு நாளும் அவருடைய மனசாட்சி, அக்காட்சியை ஞாபகப்படுத்தி அவரை சித்திரவதைப் படுத்திக்கொண்டே இருக்கிறது. அன்று மட்டும் முட்டாள் தனமாய் சீட் பெல்டின் பொத்தானை திறப்பதற்காய் அழுத்தாமல் இருந்திருந்தால், அவளின் அன்புக்குறியவள் காரின் கண்ணாடியை உடைத்துக் கொண்டு பறந்து சென்று, அந்த நீண்ட இருண்ட சாலையில் ஒரு பிணமாய் விழாமல் இருந்திருப்பாள். விழுந்ததும் அவர் அவளை நோக்கி ஓடினார், ஆனால் என்ன பயன்.

நடந்தவற்றின் விளைவுகளை தாங்கிக் கொள்ள இயலாமல் அவளின் உடல், உயிரற்ற பிணமாய் மாறிக்கிடந்தது. அவளைப் புதைக்கையில் அத்துடன் சேர்த்து தன்னுடய ஆன்மாவையும் புதைத்துவிட்டு, அவர் உயிரற்ற உடலாயும், அவள உடலற்ற உயிராயும் நின்றனர். அழகான பெண்களின் முகங்களிலும், மயக்கும் பெண்களின் கன்னங்களிலும் அவளையே தேடித் தேடி தோற்றுப் போனார். தனிமையிலிருக்கும் பொழுதுகளில் “மற்றவர்களின் முகங்களிலெல்லாம் நான் உன்னையே தேடு கிறேன்” என்று அவளிடம் கிசுகிசுத்தார். ஆனால் அது எப்படி சாத்தியம்? அவரால் அதை எப்படி அடைய முடியும்.

இதோ எப்பொழுதும் போல, காரிலிருந்து வெளியேறிச் சென்று விட்டு, திரும்ப வருகிறார். நாட்கள் இப்படியே உருண்டு செல்கின்றன. அவரின் ஆழ் மனதிற்குத் தெரியும் ஒரு நாள் அவரும் அவளைத் தொடர்ந்து சென்று சேரக் கூடுமென்று, அதுதான் அவருடைய பெரிய ஆசையும் கூட.

எழுதியவர்: சைஃப் அல் மெர்ரி

2006ஆம் ஆண்டில் வெளிவந்த இவரின் ரமத் முஷ்டைல் "Ramad Mushtail" (i.e. Blazing Ashes) என்னும் சிறுகதைத் தொகுப்பில் இடம்பெற்ற கதை.

மூல ஆசிரியரின் குறிப்பு: இது, அரபு நாட்டைச் சேர்ந்த தனக்குத் தெரிந்த ஒருவரைக் குறித்து நண்பர் ஒருவர் சொன்ன உண்மைக் கதை.

17
வயதான பாகிஸ்தானி ஓட்டுனர் ஒருவரின் கண்ணாடி

அவரது பார்வை மங்கலாகத் தெரிந்தது. பாக்கெட்டிலிருந்து கைக்குட்டையை எடுத்துக் கொண்டு, கண்ணாடியைக் கழற்றினார். போக்குவரத்து சமிக்கை சிகப்பு நிறத்தில் இருந்தது. கண்ணாடியைத் துடைக்க எடுக்கும்போது எதிர்பாராமல் கைக்குட்டை கீழே விழுந்து இருக்கையினடியில் செல்ல அதை எடுக்கக் குனிந்தவர், கண்ணாடியையும் சேர்த்துத் தவறவிட்டார். கீழே குனிந்து தேடுகையில் அகப்பட்ட கண்ணாடி, கையில் எடுப்பதற்குள், மேலும் கொஞ்ச தூரத்திற்கு இருக்கையினடியில் நகர்ந்து விட்டது. அதற்குள் சமிக்கை பச்சை நிறத்திற்கு மாறி விட வண்டியை நகர்த்தச் சொல்லி, அடுத்து நின்றிருந்த வண்டிகளிலிருந்து ஒலிக்கத் தொடங்கிய காற்று ஒலிப்பான்கள், கண்ணாடியை எடுக்க முடியுமென்ற நம்பிக்கையில் அவர் கொஞ்சம் நிதானித்ததும் உறுமத் தொடங்கிவிட்டன.

கண்ணாடியின்றி அவரால் தெளிவாகப் பார்க்கமுடியவில்லை. இருப்பினும், அவருக்கு அபுதாபியைத் தெரியுமென்ற நம்பிக்கையிலும், கடந்த முப்பது வருட ஓட்டுனர் அனுபவத்தில் அதன் தெருக்கள் ஒவ்வொன்றும் மனதில் பதிந்திருப்பதாலும் காரை முன்னோக்கி நகர்த்தினார். ஆனால் இப்போது நிகழ்ந்துவிட்ட பல மாற்றங்களால், சாலைகளில் வாகனங்கள் செல்லும் விதமும் மாறியிருக்கிறது. இருப்பினும், அவர் வேகத்தைக் குறைத்து மெதுவாய் முன்னோக்கிச் செல்வதென்று முடிவெடுத்தார். அவரின் முன்னால் தெரிந்த கார்கள் எல்லாம் பிசாசுகளைப் போல் இருந்தன, எதுவுமே தெளிவாகத் தெரியவில்லை. கண்டுகொள்ளாமல், அடுத்தப் போக்குவரத்து சமிக்கை வரை மெதுவாய் முன்னேறிச் சென்று, அங்கு அந்த

சபிக்கப்பட்ட கண்ணாடிகளை கண்டுபிடித்து விடலாம் என்று முடிவெடுத்தார்.

அவர் ஒரு சிறந்த ஓட்டுனர், மேலும் பழமொழி ஒன்று கூறுவது போல் அவரால் கண்ணைக் கட்டிக் கொண்டும் ஓட்ட முடியும். அவரது நாட்டில் இது போல் நிறைய பழமொழிகள் உண்டு. பழமொழிகளைத் தவிர வேறென்ன இருக்கிறதென்று தனக்குத்தானே சொல்லிக்கொண்டு சிரித்துக் கொண்டவர், அவரது நாட்டின் நிலையை எண்ணி வருத்தத்துடன் தலையை ஆட்டினார். குறைவான பழமொழிகளும், நிறைவான நிர்வாகிகளும் இருந்திருந்தால் நன்றாயிருக்குமென்று ஆசைப்பட்டார். "ஆனால் இது உண்மையில் நல்ல நிர்வாகமா" அவர் ஆச்சரியப்பட்டார், ஒரு வேளை நிதிப்பற்றாக்குறையா? ஒரு வேளை வெளிநாடுகளின் பேராசையா? ஒரு வேளை உள்ளிருப்பவர்களின் பேராசையா? இக்கேள்விகளையெல்லாம் வானொலியைக் கேட்டபடியே தனக்குதானே கேட்டுக்கொண்டார். தனக்குக் காது நன்றாய்க் கேட்பதற்காய் அல்லாஹ்விற்கு நன்றி சொன்னார். எனவே, காது கேட்கும் இயந்திரம் கீழே விழுந்து கேட்கும் திறன் பாதிக்கப்படுவது குறித்து அவர் பயப்படத் தேவையில்லை தானே! கேட்கும் திறன் அல்லாஹ்வின் அருட்கொடை. ஐம்புலன்களும் அல்லாஹ்வின் அருட்கொடையே. அல்லாஹ்வே நீங்கள் எத்தனைக் கருணை மிக்கவர். இந்தச் சிறிய புலன்களை சொந்தமாக்கிக் கொள்ள தலையின் முன்பு இரண்டு, ஓரத்தில் இரண்டு துவாரங்கள் இப்பெரும் உலகத்தைப் பார்க்கவும், அதன் இசையையும், செய்தியையும் கேட்கவுமாக. மேலும், இதனாலேயே நம்மைப் போன்ற மற்றவர்களிடமும், இந்த உலகத்திடமும் நெருக்கமாகவும், தனித்தில்லாமல் சேர்ந்திருக்கவும் முடிகிறது. ஆரோக்கியம் மற்ற எல்லாவற்றையும் விட உயர்ந்த பரிசென்று பழமொழி சொல்வது உண்மைதான். தனிமையாய் உணர்வதென்பது, வழிதவறிப் போவதைப் போன்றதென்று நினைத்தவர் எதையெதையோ யோசிக்கத் தொடங்கினார்.

அவர் முதன்முதலாய் ஒரு மாலுக்குள் சென்றதை நினைத்துப் பார்த்தார். அங்கு அவர் தனிமையாய், தொலைந்து போனதைப் போன்று உணர்ந்தார். பல குரல்கள் சத்தமாய் ஒலித்தன. உண்மையில் அக்குரல்கள், மார்பிள் தரைகளாலும், கண்ணாடிச் சுவர்களாலும், பளபளக்கும் கூரைகளாலும் எதிரொலிக்கப்பட்டன. மூச்சுவிடும் சத்தம் கூட அங்கு உள்ள எல்லா மூலைகளிலும் திருப்பி எதிரொலிக்கப்பட்டது. மால் அனைத்து வகை மனிதர்களாலும் நிரம்பியிருந்தது. அவர்

துபாய்க்கு ஒரு வாடிக்கையாளரை அழைத்துச் சென்றிருந்தார். எனவே, அப்படியே அங்குள்ள மால்கள் எனப்படுபவற்றை சென்று பார்த்து, அடுத்த முறை ஊருக்குச் செல்லும்போது பேரக்குழந்தைகளிடம் துபாய் என்னும் அதிசயங்களின் நகரத்தில் பார்த்தவற்றைப் பற்றி கூறவேண்டுமென்று நினைத்துக் கொண்டார். "முப்பது ஆண்டுகள் இந்த நாட்டில் வாழ்ந்துவிட்டு, சாலைகளைத் தவிர வேறு எதையுமே பார்க்காமல் இருப்பதும் நியாயமல்ல" என்று அவர் தனக்குத் தானே சொல்லிக் கொண்டார்.

அந்த மாலில் முதல் அடியை எடுத்து வைக்கும்போது அவரால் அங்கிருந்த சூழ்நிலையைக் கிரகிக்க முடியவில்லை. பல்வேறு வகையான முகப்புகள் மற்றும் மனிதர்களால் அவ்விடம் புரிந்துகொள்ள கடினமாக இருந்தது. பலவிதமான மக்கள் கூட்டங்களைக் கண்டார், அவர்கள் ஒவ்வொருவரும் வெவ்வேறு விதமாக இருந்தனர். அவர்கள் அனைவரும் ஏதோ அங்கேயே பிறந்தவர்கள் போலவும், அப்பகுதியே அவர்களுடையது என்பது போலவும் இருந்தனர். அவரால் இன்னும் சூழ்நிலையை உள்வாங்க முடியவில்லை. ஒரு கணம் நின்று அந்த இடம் முழுவதையும் பொதுவான ஒரு பார்வை பார்த்துவிட்டு, கொஞ்சம் நடக்க ஆரம்பித்தார். ஒட்டு மொத்தமாய் ஒரே இடத்தில் அத்தனை வகையான நிறங்களுக்கும், விளக்கு வெளிச்சங்களுக்கும் அவர் பழகியிருக்காத்தால் அவை அவருக்கு மிகவும் அதிகமாகத் தோன்றியது. அருகிலிருந்த நீண்ட இருக்கையில் சிறிது நேரம் உட்கார முடிவெடுத்தார்.

"இந்த இடம் எத்தனை பிரகாசமாயிருக்கிறது. இந்த இடம் எப்படி இப்படி ஜொலிக்கிறதென்று தெரியவில்லை. இவை எல்லாம் தங்கத் தரைகளா என்ன" தனக்குத்தானே பேசிக்கொண்டார்.

"எவ்வளவு பெரிய முட்டாள் நான். தரமான பொருட்களைக் கொண்டு கட்டமைக்கப்பட்டதாலும், அதீத தூய்மையாலும் தான் இந்த இடம் இப்படி ஜொலிக்கிறது. அது போகட்டும், நாம் ஒன்றும் இங்கே தினமும் வரப்போவதில்லை, எனவே எவ்வளவு முடியுமோ அவ்வளவு தூரம் உள்ளே சென்று சுற்றிப் பார்க்க வேண்டும்"

மாலுக்குள் காலடி எடுத்து வைத்ததிலிருந்து அவருக்குத் தோன்றிய, தான் இந்த பகுதியைச் சேராதவர், கூட்டத்தில் காணாமல் போனவர், தனித்திருப்பவர் போன்ற பல்வேறு

விதமான வினோதமான உணர்வுகளிலிருந்து வெளிவர, அப்போதுமுதல் தனக்குத் தானே பேசிக்கொண்டிருந்தார். அவர் எப்பொழுதும் இது போன்ற உணர்வுகளையெல்லாம் வெறுத்தே வந்தார், அதனால் தான் தன்னுடைய காரை விட்டு எங்கும் போக மாட்டார். அவருடன் பணியாற்றும் ஒரு சில, அவரை விரும்பக்கூடிய, ஓட்டுனர்களைத் தவிர, அவர்களின் மத்தியில் அவர் ஒரு அறிவாளியாக, பண்புள்ள மனிதராக, முக்கியமானவராக இருந்தார். அவர்களும் அவரின் வார்த்தைகளுக்கு மதிப்பு கொடுத்தனர். அவரின் கருத்துகள் முக்கியத்துவம் வாய்ந்தவையாக இருந்தன. இங்கோ அவர், அவர்... அவர்... அவரால் அப்போதைய அவருடைய உணர்வை மிகச்சரியாய் கூற முடியவில்லை, ஆனால் அவர் அதிலிருந்து வெளிவந்து அவ்வுணர்வை வெற்றிபெற விரும்பினார்.

உலகிலுள்ள எந்த ஒரு இடமும் எத்தனை புத்திசாலித்தனமாயும், சத்தம் மிகுந்ததாயும் இருந்தாலும், இவ்வுலகையும், மக்களையும் உணர்ந்த ஒரு முதியவரை அது வெல்லவே முடியாது. அறிவே பாதுகாப்பு. அதுவே மனிதன் இவ்வுலகின் எப்பகுதிக்கும் செல்வதற்குமான நுழைவுச்சீட்டு. அறிவாளியான மனிதன் எல்லா இடங்களிலுமே வரவேற்கப்படுகிறான், அதனால் ஒரு இளைஞனைப் போலவோ, நவீன கழிப்பறைகளை உபயோகப்படுத்த தெரியாத ஒரு கிராமத்து மனிதனைப் போலவோ நடக்க வேண்டிய அவசியமில்லை. அவர் உலகை உணர்ந்த ஒரு மனிதர், அதன் முன்பு மற்றவை அனைத்துமே அற்பமானதும், சமாளிக்கக்கூடியதுமே ஆகும்.

அவருக்கு முன்பிருந்த நகரும் படிக்கட்டில் ஏறி இரண்டாம் தளத்திற்கு வந்து அங்குக் கொஞ்ச நேரம் சுற்றிப் பார்த்தார். விதவிதமான கடைகளின் கண்ணாடி ஜன்னல்களின் வழியே விதவிதமான பொருட்களைக் கண்டார். உடைகள், காலணிகள், கைப்பைகள், நகைகள், கடிகாரங்கள். மக்களுக்கு உண்மை யிலேயே இவையெல்லாம் தேவைதானா? விதவிதமான நிறைய உடைகள், காலணிகள், கைப்பைகள், நகைகள், கடிகாரங்களை வைத்திருப்பதால் என்ன பயன்? இவையெல்லாம் உடலை அலங்காரப்படுத்தவா? இத்தனைத் துன்பங்களும், செலவுகளும் உடலுக்காய் மட்டுமா? பின்பு ஆன்மாவை எதைக் கொண்டு அலங்கரிப்பார்கள்?

ஒரு முறை உடன் பணியாற்றும் ஒருவருடன் இந்தப் பணக்காரர்கள் பணத்தைச் செலவழிக்கும் விதம் குறித்துப்

பேசிக்கொண்டிருக்கையில் அவர் கூறினார், ஆன்மாவை சொஸ்தப்படுத்தவே அவர்கள் உடலுக்கு இத்தனைச் செலவழிக்கின்றனர் என்று. உண்மையில் அவர்கள் அப்போது ஒரு விபத்தில் கால்களை இழந்த தங்களது சக ஊழியர் ஒருவருக்குப் பணம் வசூலித்து செயற்கைக் கால் பொருத்துவது குறித்துப் பேசிக் கொண்டிருந்தனர். அப்பொழுதுதான் இந்தப் பணக்காரர்களைக் குறித்தும் பேச்சு வந்தது. ஏழைகளைக் குறித்தும் யோசித்து அவசரத் தேவைகளுக்கு இந்தப் பணக்காரர்கள் அவ்வப்போது உதவினால் எத்தனை நன்றாயிருக்கும் என்று பேசிக்கொண்டிருந்தனர்.

அவர்களில் யாரும் அத்தனை பேரும் பணக்காரர்களாக வேண்டுமென்று ஆசைப்படவே இல்லை. அந்த ஆசை நடைமுறைக்கு உகந்ததல்ல என்றும் நினைத்தனர். ஓட்டுனர் வேலைக்கும், கீழ்மட்ட தொழிலாளர்களாய் இருக்கவும் எப்படியோ ஆட்கள் தேவைதான். சமூக நீதியின் பெயரால் அனைவரும் பணக்காரர்களாக ஆகவே முடியாது. எனவே அனைவரும் பணக்காரர் ஆக வேண்டாம் என்ற அவர்களது விருப்பம் சரியானதாகவே அவர்களுக்குத் தோன்றியது. ஓட்டுனராய் இருப்பதில் தவறொன்றும் இல்லை. மேலும் அவர்கள் அவர்களை ஏழைகளாகவே நினைக்கவில்லை. ஏழை என்பவன், உண்ண உணவும், உடலை மறைக்கும் வகையில் அணிய சரியான ஆடையும் இல்லாதவனே!

அவர்களுக்கு உண்ண உணவிருந்தது, உடலை மறைக்க தேவையான அளவில் கிழிந்துபோகாத உடைகளிருந்தன. அவர்களின் காலணி மட்டுமே அவ்வப்போது கிழிந்து போகும், ஆனால் அதற்கென்ன நாள் முழுவதும் மனிதனின் மொத்த எடையையும் சுமந்து கொண்டு அனைத்து வகையான நிலப்பரப்புகளிலும் அலைந்து திரியும் காலணிகள் கிழியாமலிருக்குமா..? அவர்களால் அந்தக் கிழிந்த காலணிகளையும் நினைத்த போது மாற்றிக்கொள்ள முடியும், ஆனால் அவர்கள் தான் அது முற்றிலும் பயன்படுத்த முடியாததாய் ஆகும் வரை காத்திருப்பார்கள். ஏனெனில் அந்தப் பணம் அதைக் காட்டிலும் வேறு ஏதேனும் முக்கியத் தேவைக்கு உபயோகமாகலாம், உதாரணத்திற்கு இப்பொழுது காலை இழந்த அவர்களின் நண்பனுக்குச் செயற்கை கால் பொறுத்த தேவைப்படுவது போல். கிழிந்த காலணிகளுடன் நடப்பவர்களுக்குத்தான் தெரியும் அதற்கானக் காரணம் என்னவென்று.

நீண்ட நேரத்திற்கு மாலில் சுற்றிக்கொண்டிருந்தவரின் மூக்கைத் துளைத்தது எங்கிருந்தோ வந்த உணவின் மணம். வரிசையாய் இருந்த உணவகங்களின் அருகில் சென்றவர், முதலாவதாய் இருந்த

உணவகத்தின் நீள் சதுர மேஜைக்குப் பின்னே நின்றிருந்தவரிடத்தில் ஒரு சாண்ட்விச் வேண்டுமென உடைந்த அரபியில் கேட்டார். அந்த மனிதருக்கு இவர் சொன்னது சரியானபடி கேட்காததால், மீண்டும் கூறும்படி கேட்டார், ஆனால் அப்பொழுதும் அவருக்குக் கேட்கவில்லை. சுற்றுப்புறத்தில் இருந்து வந்த சத்தம் காதைக் கிழிக்கும்படி இருந்தது. அவர் மீண்டும் கேட்க, கடைக்காரர் என்ன வகையான சாண்ட்விச் என்று திருப்பிக் கேட்டார், அது அவருக்குப் புரியவில்லை. கடையிலிருந்தவர் பிலிப்பினோ நாட்டைச் சேர்ந்தவரைப் போல் இருந்தார், அவருக்கு அரபி தெரியவில்லை, இவருக்கு ஆங்கிலம் தெரியவில்லை. அவர் பொறுமையிழந்தவராய், இவரின் முகத்தை உற்று நோக்கியபடி, மீண்டும் அதே கேள்வியைக் கேட்டார், ஆனால் பதில் கிடைக்காததால், இவரை விடுத்து அங்கு நின்றிருந்த மற்றொரு வாடிக்கையாளரை கவனிக்கப் போய்விட்டார். தனக்கு நன்றாய் அரபி தெரியுமென்றும், நன்றாய் காது கேட்குமென்றும், தான் ஒரு மரியாதைக்குரியவன் என்றும் நினைத்துக் கொண்டிருந்தவருக்கு, கடைக்காரரின் இந்தச் செய்கை சங்கடத்தைத் தந்தது. அவரின் இந்த அத்தனை நினைப்புகளும் கேள்விக்குள்ளாயின.

சாண்ட்விச் யோசனையைக் கைவிட்டு அவருடைய காருக்கே திரும்பவும் வந்தவர், ஏதோ தன் சொந்த வீட்டுக்கு வந்ததைப் போல் உணர்ந்தார். அன்று தன்னுடைய காரை நேசித்ததைப் போல் அவர் எப்பொழுதும் நேசித்ததில்லை. தாய் நாட்டைப் போல, தாயைப் போல அன்று அவர் காரை நேசித்தார்.

சாலை உன்னுடையது மட்டுமல்ல வேகாய் நகரு என்று சொல்லும்படி உறுமிய வாகனங்களின் ஒலிப்பெருக்கிகளின் சத்தத்தை நிராகரித்து, நேர்கோட்டில் மெதுவாய் ஓட்டியபடி சென்றபோதுதான் இந்த எண்ணங்கள் அனைத்தும் மனதில் தோன்றின. அவருக்கு முன்னாலும், ஓரத்திலும் செல்லும் வாகனங்கள் வேகம் குறைத்து நிற்பதை அவதானிக்கும் வரை அவர் அப்படியே ஓட்டினார். சிவப்பு நிற போக்குவரத்து சமிக்கையில் வண்டிகள் நிற்பதை உணர்ந்து அல்லாஹ்விற்கு நன்றி சொன்னார். காரை நிறுத்தி வேக வேகமாய்த் தன்னுடைய கண்ணாடியைத் தேடினார், ஆனால் முடியவில்லை. போக்குவரத்து சமிக்கை நிறம் மாறியது, இந்தக் கோபக்காரத் தெருவின் பேய்கள் அவரை விழுங்குமுன் அவர் காரை நகர்த்தியாக வேண்டியிருந்தது. காற்று ஒலிப்பான்கள் கொடுத்த அழுத்தத்தில் வேகமாக மிதிக்க, டமால் என்ற பெருத்த மோதும் சத்தம் கேட்டது. அவ்வளவுதான் அதன் பிறகு என்ன நடந்ததென்றே அவருக்குத் தெரியாது.

ஆங்கிலத்தில்: ஷிஹாப் கானம் – தமிழில்: பிரியா

காரின் மெட்டல் பாகங்க்களுக்கிடையே சிக்கிக் கொண்டிருந்தவர், சூடான ஈரம் தன்னைச் சூழ்வதை உணர்ந்தார். “இந்த அஜாக்கிரதையான ஓட்டுனர்தான் விபத்திற்குக் காரணம். சாலை முழுவதும் ஆமையைப்போல் ஊர்ந்து வந்தவர் திடீரென வேகமாய் அழுத்திவிட்டார்” சுற்றியிருந்தவர்கள் பேசியது காதில் விழுந்தது. “இவர்கள் வண்டி ஓட்டும்விதமே இப்படித்தான். நேற்றுகூட ஒருவர், ஒரு சிறுமியின் மீது வண்டியை ஏற்றிவிட்டார். இவர்கள் அனைவருமே மாற்றப்படவேண்டும், இவர்களுக்குப் பொதுமக்களிடம் எப்படி நடந்து கொள்வதென்பதே தெரிவதில்லை” முன்னர் பேசியவருக்குப் பதிலளிக்கும் விதமாய் மற்றொருவர் சொல்லிக் கொண்டிருந்தார். ஆம்புலன்சின் சைரன் ஒலி கேட்டது. அவரை வெளியே இழுக்கும் விதமாய் ஒரு கை அவரை நோக்கி நீண்டது. அவரால் அவர் சொல்வதைக் கேட்க முடிந்ததால் ஒரு கையை நீட்டும்படி வெளியே இருந்தவர் குரல் கொடுத்துக் கொண்டிருந்தார். அவர் தனது கையை எடை மிகுந்த ஏதோ ஒன்றின் அடியிலிருந்து இழுத்தார், அது அவரது இருக்கையாக இருக்க வேண்டும், அப்போது அவரது கையில் ஏதோ அகப்பட்டது, தடவிப் பார்த்தார், கண்ணாடி. அதை அப்படியே பிடித்துக் கொண்டார். அக்குரல் அவரை கையை விரித்து, நீட்டும்படி கேட்கிறது. ஆனால் இல்லை, ஒரு போதும் இல்லை, அதுவும் அவர் அதைக் கண்டுபிடித்த பிறகு நிச்சயமாய் இல்லவே இல்லை.

எழுதியவர் : மர்யம் அல்சைதி

*2009*ல் வெளிவந்த இவரது அப்தோ தாக்கியா "AbdoDhakiyya" (i.e. I appear clever) என்னும் சிறுகதைத் தொகுப்பில் இடம்பெற்ற கதை

18
மின்விசிறியின் அடியில்

1

கல்ஃபான் அலுவலக அறைக்குள் நுழையும்போதே அவனது தம்பி அகமது ஆச்சரியகரமான தகவல் ஒன்றுடன் அவனை வரவேற்றான்,

"சமீபத்திய நகைச்சுவை ஒன்றைக் கேள்விப்பட்டாயா"

கல்ஃபான் மேசையின் பின்னால் சென்றமர்ந்து, காலை நேர செய்தித்தாள்களை அதன் மேல் வைத்துவிட்டு,

"என்ன அது?" என்றான் புன்னகையுடன்

அகமத் சிரித்துக் கொண்டே சொன்னான்,

"யாசின் காதலிக்கிறானாம்"

"யாசின்... மரச்சாமான்களை நகர்த்துவதற்காக நம்முடைய அலுவலகத்தில் வேலைக்கு இருக்கும் பாகிஸ்தானியா?"

"ஆம்"

"நம்பும்படி இல்லையே"

"அவன் காலையில் என்னிடம் வந்து அவனுடைய இக்கட்டான நிலை குறித்துப் புலம்பிவிட்டுப் போனான்"

"இந்தக் கேடுகெட்ட மனிதன் யாரை விரும்புகிறான்? நாயையா இல்லை பூனையையா?"

"இரண்டையும் இல்லை... அவன் கிராமத்தில் உள்ள ஒரு பெண்ணை"

அலுவலகப் பையன் இரண்டு தேநீர் கோப்பைகளைக் கொண்டு வந்து இருவரின் மேசை மீதும் வைத்தான்.

ஆங்கிலத்தில்: ஷிஹாப் கானம் – தமிழில்: பிரியா

"போய் யாசினைக் கூப்பிட்டு வா" கல்ஃபான் அவனிடம் கூறினான்.

"அவன் எதற்கு" என்ற அகமதுவின் கேள்விக்கு,

"கொஞ்ச நேரம் சிரிப்போமே" என்றான் கல்ஃபான் புன்னகையுடன்.

"நேற்றைய மாலைப் பொழுது எப்படி இருந்தது"

"ஆரம்பத்தில் நன்றாகத்தான் இருந்தது. பிலிப்பினோ குழுவினரின் நிகழ்ச்சி மிகவும் அருமையாக இரசிக்கத் தக்கதாய் இருந்தது. குட்டையாய் எலியைப் போல் இருந்த ஒரு பெண்ணைத் தவிர மற்றவர்கள் அனைவரும் அழகாய் இருந்தனர். இந்திய மந்திரவாதியின் வித்தைகள் எல்லாம் அருமையாக இருந்தன அதிலும் குறிப்பாக அந்த ரேசர் பிளேடுகளை அப்படியே முழுங்கும் காட்சி, நாம் சிறுவர்களாய் இருந்தபோது நாம் படித்த அல்ஷாப் பள்ளிக்கு வந்திருந்த சூடானி மந்திரவாதியை ஞாபகப்படுத்தியது. அவருடைய அந்த நீண்ட அகலமான நாக்கினால் மொத்தம் பத்து ரேசர் பிளேடுகளை விழுங்கியது எனக்கு இன்னமும் ஞாபகம் இருக்கிறது. அவரது நாக்கு கிழிந்துவிடக்கூடும் அல்லது வாயிலிருந்து இரத்தம் கொட்டுமென்று எதிர்பார்த்தேன், ஆனால் அதற்கு மாறாக, அவற்றை மொத்தமாய் ஒன்றுடன் ஒன்று கோர்த்தபடி வெளியே எடுத்தார். அதைப் பார்த்ததும் நாம் நம்முடைய சிறிய கைகளை நீண்ட நேரம் தட்டிக் கொண்டிருந்தோமே. உனக்கு அவரை ஞாபகம் இருக்கிறதா?"

"ஆமாம் நிச்சயமாக. அந்தப் பள்ளியில் நடந்த ஒரு சில மறக்க முடியாத நிகழ்வுகளில் அதுவும் ஒன்று. ஒரே ஒரு மந்திரவாதி மட்டும்தான் வந்திருந்தார். நமக்கு அரபு மொழி பயிற்றுவித்த அந்த எகிப்திய ஆசிரியரின் திகைப்பு நிறைந்த முகம் இன்னமும் எனக்கு நினைவிருக்கிறது. பாவம், அவரிடமிருந்து நூறு திர்ஹாம் நோட்டை வாங்கிய மந்திரவாதி அதை ஒரு இரும்புப் பெட்டியில் போட்டு எரித்து விட்டு, பின்பு சிறிது நேரம் கழித்து மீண்டும் அவரின் பாக்கெட்டிலிருந்தே அந்த நோட்டை முழுதாய் எடுத்துக் கொடுத்த பின்புதான் அவரின் முகத்திலிருந்து திகைப்பு மறைந்து உண்மையான மகிழ்ச்சியுடனான சிரிப்பு வெளிப்பட்டது."

"பழமொழி சொல்வது போல பணம் என்பது உயிருக்கு சமம் தான்"

"ஆமாம். அதுவும் அந்தக் காலத்தில்... பின்பு, அந்த இந்திய மந்திரக்காரனின் நிகழ்ச்சிக்கு அடுத்து என்ன நடந்தது"

“காலீத் குடித்துவிட்டு அவனுடைய ஆங்கிலேயே காதலியுடன் தகராறில் ஈடுபட்டு அவள் முகத்தில் அறைந்துவிட்டான்”

அகமத் பலமாய் சிரித்துக் கொண்டே கேட்டான்,

“சூசி என்ன செய்தாள்”

“அவள் ஒரு முழு ஷாம்பெயின் பாட்டிலை எடுத்து அவன் தலையில் கொட்டிவிட்டாள்”

“நம் நண்பன் முழுவதும் ஷாம்பெயினில் நனைந்து விட்டானா”

“அவ்வளவாக இல்லை. ஆனால் அவன், சாஸுடன் கூடிய சூடான ஹமூர் மீனை தட்டுடன் எடுத்து அவள் முகத்திலெறிந்து விட்டான். அதை அப்பொழுதுதான் கொண்டு வந்து வைத்திருந்தார்கள்”

“நீங்கள் என்ன செய்தீர்கள்”

“நாங்கள் சத்தமில்லாமல் ஓடி வந்து விட்டோம்”

“காலீதுடனான மாலைப்பொழுதுகள் இப்படித்தான் பொறுப்பற்றதாய் இருக்கும்”

“எப்பொழுதும் இல்லை. அவன் சூசியுடன் வரும்போது மட்டும்தான்”

“அவர்களுக்குள்ளே தான் ஒத்துப்போவதில்லையே. பேசாமல் அவர்கள் பிரிந்துவிடலாம்”

“இது காதல்”

“எப்பொழுதும் தகராறுடனே இருக்கும் விசித்திரமான காதல்”

“காதலைப் பற்றி சொல்லும்போதுதான் ஞாபகம் வருகிறது. யாசின் எங்கே”

“இதோ உன் முன்னே”

கல்ஃபான் அவனுக்கு முன்னால் பஞ்சாபி உடையணிந்து நின்று கொண்டிருக்கும் யாசினை நிமிர்ந்து பார்த்து,

“வருக கைஸ்” என்றான் சிரித்துக் கொண்டே.

“என் பெயர் யாசின். கைஸ் அல்ல” யாசின் குழப்பத்துடன் கூறினான்.

சகோதரர்கள் இருவரும் ஒரு சேர சிரிக்க, கல்ஃபான் சொன்னான்,

"நீ உன் காதலியை நேசிப்பது போல, லைலாவை வெறித்தனமாக நேசித்தவன் பெயர்தான் கைஸ். ஆமாம் உன் காதலியின் பெயர் என்ன?"

வெட்கப்பட்டவாறே யாசின், "நர்கீஸ்" என்றான்.

"அவளுக்கு என்ன வயதாகிறது" என்று கேட்டான் கல்ஃபான்.

"பதினான்கு.."

"அடப்பாவி!... நீ ஒரு குழந்தையைக் காதலிக்கிறாயா" கல்ஃபான் சத்தமாய்க் கேட்டான்.

"ஆனால் அவள் வயது முதிர்ந்த பெண்" என்றான் யாசின், விளக்கமளிக்கும் விதமாய்.

"இந்தியாவிலும், பாகிஸ்தானிலும் பெண்களுக்கு மிகவும் இளம் வயதிலேயே திருமணம் செய்து வைக்கின்றனர்" என்றான் அகமது.

"அது நமக்குத் தேவையில்லாதது. அவள் அழகாய் இருப்பாளா? நாங்கள் துபாயில் பார்க்கும் பெரும்பாலான பாகிஸ்தானியப் பெண்கள் அவ்வளவு அழகாய் இருப்பதில்லை. குண்டாய், வயிறு முன்னே தள்ளிக்கொண்டு தெரியும்படியான இறுக்கமான பஞ்சாபி உடைகளை அணிந்தபடி, முகத்தில் வெள்ளையாய் பவுடரிட்டு, சிகப்பு நிறத்தில் அடர்த்தியாய் உதட்டுச்சாயம் பூசிக்கொண்டிருப்பார்கள். நான் நினைக்கிறேன் யாசின் காதலிக்கும் பெண்ணுக்கும் கனமான நகைகள் அணிவதற்காய் காதிலும், மூக்கிலும் நிறைய ஓட்டைகள் இருக்குமென."

யாசின் வெட்கப்பட்டபடி தரையைப் பார்த்துகொண்டே, "காதலனின் பார்வையில் காதலி அழகாய்தானிருப்பாள்" என்றான்.

"மா ஷா அல்லாஹ், யாசின் கவிஞராகவும், தத்துவ ஞானியாகவும் மாறிவிட்டான்" என்றான் கல்ஃபான்

கல்ஃபான் பேசியது யாசினுக்கு சுத்தமாய்ப் புரியவில்லை. ஆனால் அவன் வேறொன்றை அவர்களுக்குப் புரியவைக்க முயன்றான்

"என்னால் அவளைத் திருமணம் செய்து கொள்ள முடியா விட்டால், அவர்கள் அவளை வேறு யாருக்காவது திருமணம் செய்து வைத்துவிடுவார்கள்"

“ஏன் உன்னால் அவளைத் திருமணம் செய்து கொள்ள முடியாது”

“கல்யாணச் செலவுகள் இருக்கிறது. மேலும் அவளுடைய ஆட்கள், அவள் எங்கள் வீட்டில் கூட்டுக் குடும்பமாய் இருக்க மாட்டாளென்றும், நான் அவளுக்கென்று தனியாய் ஒரு வீடு கட்டவேண்டுமென்றும் கூறுகின்றனர்.”

“ஆனால் ஒரு வருடம் முன்பு நீ உனக்காய் ஒரு வீடு கட்டிக் கொண்டதாய்ச் சொன்ன ஞாபகம் இருக்கிறதே”

“ஆமாம் பஞ்சாப்பில் எனது குடும்பம் வசிக்கும் கிராமத்தில் எனக்காய் ஒரு சிறிய வீட்டைக் கட்டினேன். ஆனால் மழை வெள்ளத்தில் அது முழுவதுமாய் அடித்துச் செல்லப்பட்டுவிட்டது”

கல்ஃபான் சிரித்துக் கொண்டே சொன்னான்,

“உன் வீடு சிலந்தியின் கூட்டை விட பலவீனமாய் இருந்ததா”

யாசினுக்குப் புரியவில்லை. கல்ஃபான் தொடர்ந்தான்

“உனக்கு இப்பொழுது என்ன வேண்டும்”

“எனக்கு ஒரு சிறிய தொகை கடனாக வேண்டும். நீங்கள் என் சம்பளத்திலிருந்து மாதா மாதம் பிடித்தம் செய்து கொள்ளலாம்” யாசின் உற்சாகமாகக் கூறினான்.

“இதுவரை வாங்கிய சம்பளத்திலிருந்து நீ எதையும் சேமிக்கவில்லையா?” கல்ஃபான் கோபத்துடன் கேட்டான்.

அகமத் சிரித்துக் கொண்டே “நல்ல விதவிதமான ஆடைகளும், பூத்தையல் வேலைப்பாடுகள் செய்த சட்டைகளும் யாசினுக்கு மிகவும் விருப்பம். இந்திய சினிமாவுக்கு அடிமையாகி தினமும் சினிமா பார்ப்பதையும் வழக்கமாக்கிக் கொண்டுள்ளான். மேலும் மின்விசிறியுடன் கூடிய, குளிரூட்டப்பட்ட அறையில் யாரையும் சேர்க்காமல் இவன் மட்டுமே வசிக்கிறான். பின் எப்படி சேமிக்க முடியும்” என்றான்.

“உனக்கு எவ்வளவு பணம் வேண்டும்” கல்ஃபான் கேட்க,

பயமும், நம்பிக்கையும் கலந்த குரலில் “பதினைந்தாயிரம் திர்ஹாம்கள்” என்றான் யாசின்.

“உனக்கென்ன பைத்தியமா, இது உன்னுடைய இரண்டு வருட சம்பளத் தொகையைக் காட்டிலும் அதிகம். உன்னால் இதை எப்படித் திருப்பித் தர முடியும்” கல்ஃபான் சத்தம் போட,

"வேண்டுமானால் தொகையைக் குறைத்துக் கொள்கிறேன்" யாசின் கெஞ்சுவது போல் கேட்டான்.

"ஒரு திர்ஹாம், ஒரு திர்ஹாம் கூட முடியாது. ஒரே மூச்சில் அத்தனை ஆயிரம்... உனக்கு என்ன பைத்தியமா? இது ஒன்றும் தொண்டு நிறுவனமல்ல. இது ஒரு வணிக நிறுவனம், அதிலும் கிட்டத்தட்ட வருடம் முழுவதும் நட்டத்தில் இயங்கிக் கொண்டிருக்கும் ஒரு வணிக நிறுவனம். வெளியே போ! வெளியே போ! இதைக் குறித்து நீ மறுபடி என்னிடம் பேச முயற்சித்தால் நான் உன்னை வேலையிலிருந்து நீக்கி வீட்டுக்கு அனுப்பிவிடுவேன்" கோபத்தில் கல்ஃபானின் பேச்சு கர்ஜனையைப் போல் இருந்தது.

கல்ஃபான் போட்ட சத்தத்தினாலும், அவனுடைய கோபமான வார்த்தைகளாலும் யாசின் கலக்கமுற்று, பயந்து பின் வாங்கினான். அவன் எதையோ சொல்ல நினைத்தான் ஆனால் முடியவில்லை. வார்த்தைகள் தொண்டையில் சிக்கிக் கொண்டன.

அவன் வெளியே சென்றதும் அகமத் கல்ஃபானிடம் கேட்டான்,

"ஏன் இவ்வளவு கோபம்"

"இந்தக் காதல் கட்டுக்கதையெல்லாம் நம்புகிறாயா" கல்ஃபான் கோபம் தணிந்த குரலில் கேட்டான்.

"ஆனால் எனக்கு இது உண்மை என்றே தோன்றுகிறது. அவன் வருடாந்திர விடுமுறையில் ஊருக்குச் சென்று வந்ததிலிருந்தே ஒரு மாதிரி குழப்பமான மன நிலையிலேயே இருந்தான். இன்று காலை என்னைப் பார்த்து அவனுடைய இந்தக் கதையை அப்பாவியாய்க் கூறினான். அவனது குரல் வலி நிறைந்ததாயும், உண்மையாயும் இருந்தது. அவன் காதலி அவனுக்காய்க் கொடுத்திருந்த பூ வேலைப்பாடுகள் செய்த பச்சை நிற கைக்குட்டை ஒன்றையும் காட்டினான்"

"மா ஷா அல்லாஹ்... சரி இந்தக் கட்டுக்கதையை நம்பினாலும், அவன் கேட்ட தொகையைக் கேட்டாயா?"

"நாம் அவனுக்குக் கடனாய் கொடுக்கலாம்"

"அப்படிச் செய்தால், மற்ற தொழிலாளர்களிடமிருந்தும், ஊழியர்களிடமிருந்தும் இதே போன்ற கோரிக்கைகள் வந்து குவியும்"

"ஆனால் யாசின் நல்லவன், கனிவானவன். அரபி பேசக் கூடியவன். நம்மை எப்பொழுதும் மகிழ்விப்பவன்"

“நான் எனது முடிவில் உறுதியாக இருக்கிறேன்”

“அவனுக்கு அந்தக் கடனைக் கொடு அதற்கு நான் பொறுப் பேற்கிறேன்”

“நீ பொறுப்பேற்பதென்றால் அது வேறு காரியம்”

“நீ சம்மதிக்கிறாயா”

“ஆம் நீ பொறுப்பேற்பதென்றால்”

“நாம் அவனை அழைத்துச் சொல்லிவிடலாமா?”

அத்தருணத்தில் அவர்களின் நண்பன் காலித் அங்கு வந்தான். அவனைப் பார்த்ததும் அகமத் சத்தமாய் சிரித்துவிட்டு,

“ஷாம்பெயினில் மூழ்கிய மனிதனை வரவேற்கிறேன்” என்றான்.

காலீத் கல்ஃபானைப் பார்த்துக் கொண்டே,

“நீ சிரிக்கத்தானே செய்வாய். உனக்குத்தான் ராய்ச்சர்ஸ் செய்தி நிறுவனம் உடனுக்குடன் செய்திகளை வழங்குகிறதே. சிறிது நாட்களுக்குக் குடிப்பதைக் குறித்தும் மாலை நேரங்களில் வெளியே செல்வதைக் குறித்தும் என்னுடன் பேச வேண்டாம். கடுமையான மலச்சிக்கலால் அவதிப்படுகிறேன்” என்றான்.

“பெருங்குடல் நோயையும், குடலிறக்க நோயையும் கூட எதிர்கொள்ளத் தயாராய் இரு” கல்ஃபான் சிரித்துக் கொண்டே கூறினான்.

“யாரேனும் ஒரு உள் மருத்துவ மருத்துவரை(Internal Medicine) பார்த்தாயா?

“நான்கு பேரைப் பார்த்துவிட்டேன்” காலீத் எரிச்சலுடன் தெரிவித்தான்.

“உனக்கு இதற்கு இந்தியாவைத் தவிர வேறு எங்கும் மருத்துவம் இல்லை. பம்பாய்க்குச் சென்று அங்குள்ள வயதானவர்களின் கூட்டத்துடன் சேர்ந்துவிடு” கல்ஃபான் சிரித்துக் கொண்டே கருத்துத் தெரிவித்தான்.

“கல்ஃபான் நேற்று பிடித்த தலைவலியே எனக்கு இன்னமும் விடவில்லை. அதனால் உன்னுடைய நகைச்சுவை துணுக்குகளையும், தத்துவங்களையும் தயவுசெய்து நிறுத்திக் கொள்” காலீத் கோபத்துடன் பதிலளித்தான்.

"மருத்துவர்கள் என்ன சொன்னார்கள்" அகமத் கேட்க,

"வேறு என்ன.... முறை வைத்துச் சாப்பிடுங்கள், முறை வைத்துக் கழிப்பறைக்குச் செல்லுங்கள், உடற்பயிற்சி மற்றும் நடைபயிற்சி செய்யுங்கள். நிறைய காய்கறிகளும் பழங்களும் சாப்பிடுங்கள் இப்படி நிறைய... மேலும் இதனுடன் சேர்த்து வேறு ஒரு அறிவுரையையும் எனக்கு அளித்தார்கள் என்னவென்று தெரியுமா?" என்றான் காலீத் கேலியாக

"என்ன?" கல்ஃபான் ஆர்வத்துடன் கேட்டான்.

காலீத் சிரித்துக் கொண்டே கூறினான் "அல்சபூஸை சாப்பிட வேண்டுமாம்"

"என்ன சாப்பிட வேண்டுமாம்..." அகமத் ஆச்சரியத்துடன் கேட்டான்.

"அவன் சொன்னது கேட்கவில்லையா. அல்சபூஸை சாப்பிட வேண்டுமாம். அவனைப் போன்ற விலங்குகளுக்கு ஏற்ற உணவுதான். எருதுகள், செம்மறி ஆடுகள், வெள்ளாடுகள் எல்லாமும் அதைத்தான் சாப்பிடும். அல்சபூஸ்" கல்ஃபான் கிண்டலாய்ச் சொல்ல,

அகமத் சிரித்துக்கொண்டே, "மலச்சிக்கலுக்கு அல்சபூஸைச் சாப்பிடுவதால் என்ன பயன்" என்று கேட்டான்.

"இப்பொழுது கல்ஃபான் சொன்னதுடன் நாம் இதை முடிக்கப் போவதில்லையா. மருத்துவர் கூறினார் கோதுமையிலிருந்து வரும் தவிடாகிய அல்சபூஸ் மலச்சிக்கலுக்கு மிகவும் நல்லதென்றும், செரிமானத்தை எளிதாக்குமென்றும்" என்றான் காலீத் எரிச்சலும் சிரிப்புமாய்.

அல்ஃபால்ஃபாவின் சாறு மனித உடலுக்கு நன்மை விளைவிக்கக் கூடிய சிறந்தவற்றில் ஒன்றென செய்தித்தாளில் வாசித்ததைக் குறித்து அப்பொழுது அகமத் கூறினான்.

மூன்று நண்பர்களும் அல் சபூஸைக் குறித்தும் அல்ஃபால்ஃபா எனப்படும் குதிரை மசாலின் சாறைப் பருகுவதால் உண்டாகும் நன்மைகள் குறித்தும் நாள் முழுவதும் பேசிக்கொண்டிருந்தனர்.

2

அடுத்த நாள் காலை சகோதரர்கள் இருவரும் அலுவலகத்திற்கு வந்தவுடன், அலுவலகப் பையனை அழைத்து யாசினை அழைத்து வரும்படி கூறினர். அவன் சென்று பார்த்துவிட்டு, "யாசின் காலை அலுவலகத்திற்கு வரவில்லை" என்றான்.

"யாசின் மற்றவர்களுடன் சேர்ந்து அலுவலகப் பேருந்தில் வரவில்லையா" கல்ஃபான் கேட்க,

"முதலில் அவன் அப்படித்தான் வந்து கொண்டிருந்தான். ஆனால் இப்பொழுது அலுவலகத்திற்கு அருகிலேயே உள்ள கட்டிடத்திற்குக் குடி வந்ததிலிருந்து நடந்துதான் வருகிறான்" என்றான் அகமத்.

கல்ஃபான் ஓட்டுனரை அழைத்து யாசினை அவனது அறை யிலிருந்து அழைத்துவரும்படி அனுப்பி வைத்தான்.

"சந்தேகத்திற்கிடமின்றி அவன் கோபத்தினால், உடல் நலமில்லையென்று பொய் கூறிப் படுத்துக் கொண்டிருப்பான்" என்றான் அகமத்.

"ஊழியர்களிடத்தும், தொழிலாளர்களிடத்தும் நீ ஒரு முறையுடன் நடந்து கொள்ளாததன் விளைவுதான் இது" என்றான் கல்ஃபான் எரிச்சலுடன்.

சிறிது நேரத்தில் அதிர்ந்து போனவராய் ஓட்டுனர் திரும்ப வந்தார். யாசின் வலது கையில் எம்பிராய்டரி செய்யப்பட்ட ஒரு பச்சை நிறக் கைக்குட்டையைப் பிடித்தபடி அவனது அறையிலுள்ள மின்விசிறியில் தூக்கு மாட்டித் தொங்கிக் கொண்டிருப்பதாய் அவர்களிடத்தில் தெரிவித்தார்.

எழுதியவர் : முகம்மத் அல்முர்

1987ல் வெளிவந்த இவரது ஹபூபா "Haboobah" (i.e. A Darling)) என்னும் சிறுகதைத் தொகுப்பில் இடம்பெற்ற கதை.

ஆங்கிலத்தில்: ஷிஹாப் கானம் – தமிழில்: பிரியா